ベトナム語レッスン
中級

五味 政信【著】

スリーエーネットワーク

Published by 3A Corporation.
Trusty Kojimachi Bldg., 2F, 4, Kojimachi 3-Chome, Chiyoda-ku, Tokyo 102-0083, Japan

ISBN978-4-88319-891-7 C0087

First published 2021
Printed in Japan

はじめに

本書『ベトナム語レッスン中級』は、『ベトナム語レッスン初級1』『同2』（スリーネットワーク）に続くベトナム語テキストです。

近年の日越間の経済、文化交流の進展には目をみはるものがあります。それとともに人の交流も盛んになり、2020年時点で日本に滞在するベトナムの人々は42万人以上にのぼり（法務省）、一方、ベトナム在留邦人も2.2万人以上と伝えられています（2019年、外務省）。2019年に2回実施された「日本語能力試験」を日本国内と現地で受験したベトナム人の合計は約27万人であり（国際交流基金）、在日ベトナム人留学生数は7万3千人余です（2019年、文部科学省）。ベトナムで日本語を学ぶベトナム人は約17万人という数字もあります（2018年、国際交流基金）。これらの数字から、ベトナム人日本語学習者数は少なくとも20万人以上と推定して良いでしょう。ベトナムの大型書店には日本語テキストが必ず置かれています。他方、ベトナム語を学ぶ日本人の数字については正確なデータはありませんが、日本語を学ぶベトナム人の数と同規模となっているのではないでしょうか。日越間の交流促進に言語が果たす役割が必須であることは言うまでもありません。この『ベトナム語レッスン中級』も、日越の人々の交流促進に貢献できるテキストとなることを目指しています。

「ベトナム語は文法が簡単」という声を耳にすることがありますが、決して簡単ではありません。「文法が簡単」な言語は世界中に存在しないでしょう。言語によって簡単な部分、複雑な部分が異なっているだけです。そこで、本書では「ベトナム語の文法の単純ではない部分」にも光を当て、新しい文法形式を紹介するとともに、類似表現の異同などについても詳細に記述するよう努めました。長い時間をかけてベトナムの人々が大切に創り上げてきた文法の法則には、ベトナムの人々の考え方や価値観が反映されています。そして、その価値観を見定めることは、日本人のベトナム理解の進展につながると信じています。

本書が、皆さんのベトナム語学習を前に進めること、そして日越交流の促進に貢献できることを心から願っています。

2021年8月　東京にて

五味 政信

本書の構成と目標

本書『ベトナム語レッスン中級』は15課からなります。それぞれの課は「会話」「語彙リスト」「文法解説」「練習問題」という構成となっています。また、各課の冒頭には「基本文型・基本文法」の頁を設け、当該の課での重要ポイントを紹介しています。「練習問題」中に「読解練習」が入っている課もありますし、課末に「コラム」が挿入されている課もあります。巻末には「練習問題　解答」「語彙索引」を付けました。

本書は会話中心のテキストです。「会話」に登場する主な人物は、日本人女性ユイと、その親友のベトナム人女性ウエンで、この二人を中心に話が展開していきます。ユイはベトナム語専攻の大学3年生で、約6か月間、交換留学生としてハノイにある大学で勉強します。ウエンはその大学の「留学生サポートクラブ」のメンバーで、そのクラブを通じてユイと知り合い親しくなります。ユイがベトナムの文化、風俗習慣などに触れつつ、彼の地で様々な人々と出会い、ベトナム社会に身を置くことを通じて成長していく姿も見ていただけるでしょう。

「語彙リスト」には、『ベトナム語レッスン初級1』『同2』（以下『初級』）に掲載されていない語彙を中心に取り上げていますが、『初級』以外でベトナム語を学んだ読者も想定し、幅広く語彙を取り上げています。各課の「語彙リスト」欄には会話、文法解説、練習問題、読解練習に出現した語から80語ほどをリストアップしていますので、本書全体では約1000語を学ぶことになります。

「文法解説」では当該の課の会話、読解練習の中に現れた、生産性の高い文型、表現形式などを取り上げ、これまで学んできた事柄を確認しつつ、既習の事項との関連性、類似表現との異同などについて解説しています。『初級』ではベトナム語文法の骨格を為す部分を紹介しましたが、中級テキストの目標の一つは、例えば初級段階で学んだ可能表現、có thể ～ được / không thể ～ được（できる・できない）に、không thể nào ～ được（決して／どうしても～できない）、không ～ nổi（したくても～できない）、khó mà ～（～しかねる）等を学んで同じ表現分野中の、より詳細な部分に表現形式の幅を広げ、表現力を高めることです。初級、中級にかかわらず、外国語教育は、学習者が自らの知性を表出できるよう、必要な情報や道具を提供することを目的としていますが、そのために必要なこととして表現力を高めること、そして語彙量を増やすことを重視しています。

「練習問題」では、重要な文型や文法事項、頻出する語彙や表現が取り上げられています。問題の形式としては、空欄に適当な語を挿入して文を完成する問題（語彙の知識を問う問題）、語を並べ替えて文を作る問題（統語構造に関する知識を問い、文を作る能力を問う問題）などがあり、当該の課に登場した重要事項についての理解を確認する練習となっています。

また、「語彙索引」には各課の新出語彙に取り上げられた語がabc順に並んでいます。声調はthanh không（無標）, thanh huyền（`）, thanh sắc（´）, thanh hỏi（̉）, thanh ngã（˜）, thanh nặng（.）の順です。

凡例

◆『ベトナム語レッスン初級1』『同2』は『初級』と省略しています。

◆課の冒頭ページにある「基本文型・基本文法」中で取り上げている項目の多くは「会話」から抽出したものですが、「読解練習」内から抽出した項目もあり、当該の項目には＊印を付しています。

例：**＊ 〜 thì mới …：〜して初めて…する**

◆会話中、色が付いている部分は「基本文型・基本文法」「文法解説」で取り上げている項目です。ただし、会話中の提出順と文法解説内の順番は必ずしも一致していません。

例：　Uyên：Vâng, mời bạn vào đây.

◆『ベトナム語レッスン初級』で紹介した重要な文法事項については、語彙リスト中に以下のように（　　）内で示しています。

例：　mới　　（mới＋動詞）〜したばかりだ（『初級』16課）

◆語彙リスト中、漢越語には対応する漢字を《　　》内に示しています。

例：　ý kiến　　《意見》　　意見

◆当該の課の「文法解説」で取り上げている事項については、語彙リスト中に以下のように示しています。ほかの課で取り上げている項目についても同様に示しています。

例：　đâu　⇒文法解説4

　　　à　⇒6課文法解説4

登場人物

本書に登場する人物等は以下の通りです。

Yui　：ユイ（日本人女性、日本の大学でベトナム語を専攻する大学3年生、交換留学生としてハノイ市内の大学に留学中、21歳）
Uyên：ウエン（ベトナム人女性、ユイが留学した大学の3年生、大学内の「留学生サポートクラブ」のメンバー、21歳）
Minh：ミン（ベトナム人男性、ユイの知り合いの会社員、25歳）
Tiến　：ティエン（ベトナム人男性、ユイが留学した大学の3年生、21歳）
Vinh　：ヴィン（下宿の大家さん、女性、50歳代半ば）
Tâm　：タム（アオザイ店オーナー、女性、70歳代後半）
Lan　：ラン（ユイとウエンが通う大学の女性教員）
Ông chủ tiệm áp-phích：（ポスター販売店の店主、男性、70歳代後半）
Mực　：ムック（ユイの下宿の大家さんのペット犬）

Mục lục
目次

Bài 1

基本文型・基本文法　Mẫu câu và Ngữ pháp cơ bản

1.「～してください」を表す表現

Mời bạn vào đây.

どうぞこちらにお入りください。

2. choの使い方

Xin lỗi, bạn ơi, cho mình hỏi một chút, có được không?

すみません、あのー、ちょっとお聞きしてもいいですか。

3. chưa＋形容詞：まだ～ない

Mình chưa thạo đâu.

（私のベトナム語は）まだまだです。

4. 心的態度を表す文末詞 ～ đâu

Yui　：Thật sự cảm ơn bạn nhiều.　本当にありがとうございました。

Uyên：Không có gì đâu.　どういたしまして。

5. 強調のđây

Có, thẻ của mình đây.

あります、私の学生証です。

6. cùng＋動詞：一緒に～する

Vậy thì chúng mình cùng đăng ký bằng máy vi tính ở đây nhé!

それでは、ここにあるコンピュータで一緒に登録しましょうね。

Hội thoại Kết bạn -01

〈ở phòng của Câu lạc bộ hỗ trợ du học sinh〉

Yui : Xin lỗi, bạn ơi, cho mình hỏi một chút, có được không?

Uyên : Vâng, mời bạn vào đây. Chào bạn, bạn là du học sinh, phải không?

Yui : Vâng, mình là du học sinh.

Uyên : Mời bạn ngồi đây. Mình tên là Uyên, thành viên của 'Câu lạc bộ hỗ trợ du học sinh'.

Yui : Mình là Yui. Mình là 'du học sinh trao đổi' đến từ Nhật Bản.
Rất vui được gặp bạn.

Uyên : Mình cũng thế. Bạn nói tiếng Việt giỏi quá!

Yui : Cảm ơn bạn, nhưng mình chưa thạo đâu.

Uyên : Bạn học tiếng Việt ở đâu đấy?

Yui : Mình học ở trường đại học được hai năm rưỡi rồi. Chuyên ngành của mình là tiếng Việt.

Uyên : Ồ, hai năm rưỡi thôi mà có thể nói tiếng Việt thạo như thế à!

Yui : Cảm ơn bạn. À, hôm nay mình đến trường lần đầu tiên, mình chưa biết cách đăng ký môn học...

Uyên : Thế à. Vậy thì chúng mình cùng đăng ký bằng máy vi tính ở đây nhé!

Yui : Ồ, được à? Cảm ơn bạn.

Uyên : Bây giờ bạn có 'thẻ sinh viên' không? Nếu có 'mã số sinh viên' thì có thể đăng ký được ngay.

Yui : Có, thẻ của mình đây. May quá, có bạn giúp mình.

Yui : Thật sự cảm ơn bạn nhiều.

Uyên : Không có gì đâu. Không chỉ việc đăng ký, việc gì mình cũng có thể giúp bạn.

Yui : Cảm ơn bạn. Thật ra, mình mới đến Việt Nam được ba ngày thôi, chưa có bạn bè nên cảm thấy hơi buồn một chút.

Uyên : Bạn Yui ơi, từ nay mình gọi bạn là 'Yui' được không?

Yui : Tất nhiên là được! Mình cũng gọi cậu là 'Uyên' nhé.

Uyên : Yui ơi, chiều mai cậu có rảnh không? Nếu được, cùng đi ăn trưa nhé!

Yui : Ồ, thật không? Nhất định rồi.

Uyên : Thế thì 12 giờ ngày mai, ở đây nhé.

会話　友達になる

〈留学生サポートクラブの部屋で〉

Yui　：すみません、あのー、ちょっとお聞きしてもいいですか。

Uyên：はい、どうぞこちらにお入りください。こんにちは、留学生の方ですね？

Yui　：はい、留学生です。

Uyên：どうぞかけてください。私はウエンです、「留学生サポートクラブ」のメンバーです。

Yui　：私はユイです。日本から来た交換留学生です、よろしくお願いします。

Uyên：こちらこそ、よろしく！　ベトナム語がとっても上手ですね。

Yui　：ありがとう、でも、まだまだです。

Uyên：ベトナム語をどこで勉強したんですか。

Yui　：大学で2年半、勉強しました。私の専攻はベトナム語です。

Uyên：えー、たった2年半なのに、そんなに流暢にベトナム語が話せるんですね！

Yui　：ありがとう。あのー、今日初めて大学に来たんですけど、授業科目の登録の仕方が分からなくて……。

Uyên：そうですか。それでは、ここにあるコンピュータで一緒に登録しましょうね。

Yui　：えー、いいんですか。ありがとう。

Uyên：今、学生証持ってますか。学籍番号があれば、すぐに登録できます。

Yui　：あります、私の学生証です。すごくラッキーです、手伝ってくれる人がいて。

Yui　：本当にありがとうございました。

Uyên：どういたしまして。授業登録だけでなく、どんなことでもお手伝いできますからね。

Yui　：ありがとう。実はベトナムに来たばかりで、今日が3日目で、まだ友達もいなくて、ちょっと心細かったんです。

Uyên：ユイさん、これからあなたを「ユイ」って呼んでもいい？

Yui　：もちろんいいです！　私も「ウエン」って呼ぶね。

Uyên：ユイ、明日の午後、空いてる？　もし良ければ、一緒にランチに行きましょうね。

Yui　：わー、本当？　ぜひぜひ！

Uyên：じゃあ、明日の12時に、ここでね。

語彙リスト　Bảng từ vựng　- 02

会話

kết bạn	《結伴》	友達になる　kết bạn với＋[人]：～と友達になる
câu lạc bộ	《俱楽部》	クラブ
hỗ trợ	《互助》	支援する（主に精神的に）　viện trợ：金銭的サポート giúp đỡ / trợ giúp：一般的サポート
du học sinh	《遊学生》	留学生
bạn	《伴》	あなた（bạnは「友達、仲間」の意味だが、若者同士で若干改まった「あなた」としても用いられる。男女とも、男性と女性のいずれに対しても使用可。「bạn＋名前」で「～さん」）
cho mình hỏi		お伺いします（私に質問させる）　⇒文法解説2
mình		私（若者の友人間で「私」の意味。夫婦間で使用した場合は「あなた」）
một chút		少し（量について）
có được không?		～てもいいですか（『初級』7課）
Uyên	《鴛》	ウエン（女性の名）
mời		～してください（『初級』11課）　⇒文法解説1
phải không?		～よね、～ですね？、～でしょう？（相手が同意することを期待しながら確認する）（『初級』2課）
thành viên	《成員》	構成メンバー
trao đổi		交換する　trao đổi ý kiến：意見交換する
～ cũng thế		～もそうだ　⇒5課文法解説2
chưa		（chưa＋形容詞）まだ～ない　⇒文法解説3
thạo		上手な、巧みな、流暢な
đâu		全く（～ではない）（『初級』11課）　⇒文法解説4
đấy?		～のですか（『初級』7課）
rưỡi		（ある単位の）半分　9 giờ rưỡi：9時半 một năm rưỡi：1年半
chuyên ngành	《chuyên専》	専攻
ồ		わー、えー（驚いた際や何かを思い出した際に発する）

thôi		～だけ
mà		～のに
có thể		（có thể＋動詞）～することができる（『初級』9課）
à		文末に添えて軽い確認・疑問を表す ⇒6課文法解説4
à		ところで（文頭に置いて話題を転換する）
lần		回　lần này：今回
đầu tiên	《頭先》	最初の　lần đầu tiên：最初の回
cách		方法、やり方
đăng ký	《登記》	届け出る、登記する、（履修）登録する
môn học	《門学》	授業科目
thế à		そうですか（相づち）
vậy thì		それならば、そのようであるならば
chúng mình	《chúng衆》	私たち（親しい者の間で用いる。若い人が使用することが多い。＝chúng ta）
thẻ		カード（「thẻ ～」の形で、「～証」）
thẻ sinh viên	《sinh viên生員》	学生証
mã số	《碼数》	（ある体系の中の）番号
mã số sinh viên	《碼数生員》	学籍番号
ngay		（時間的に）すぐに、直ちに、（距離的に）すぐ近く
đây		通常、文末に置かれ、話し手が言及する事柄について強調し聞き手の注意を引く機能を有する ⇒文法解説5
may		幸運な　còn may：まだ幸運が残っている may là ～：幸いにも
thật sự	《実事》	本当に　thật sự＋動詞／形容詞：本当に～
không chỉ	《chỉ只》	～だけでなく　⇒8課文法解説2
việc		（việc＋動詞）動詞を名詞化する（『初級』13課） ⇒14課文法解説1
thật ra	《thật実》	実は　thật ra＋文：実は～
mới		（mới＋動詞）～したばかりだ（『初級』16課）
được		（được＋期間）～が経つ

bạn bè	《bạn 伴》	友人、友達
cảm thấy	《cảm 感》	感じる　⇒12課文法解説4
hơi		(hơi＋形容詞) ちょっと〜 (程度に関して) (『初級』5課)
từ nay		今から
gọi		呼ぶ、注文する
được không?		〜てもいいですか (có được không? の có が落ちた形) (『初級』7課)
cậu		あなた、君 (主に北部において親しい友人間で使用される。男女とも男性、女性に対して使用可。親族関係の中での「叔父 (母親の弟)」)
chiều mai		明日午後 (chiều ngày mai の ngày が省略されている)
rảnh		暇な
nếu được		もし良ければ、もしできたら
ăn trưa		昼ご飯を食べる (ăn cơm trưa の cơm が脱落した形。同様に「朝ご飯を食べる：ăn sáng」「晩ご飯を食べる：ăn tối」)
thật không?		本当に？
nhất định rồi	《nhất định 一定》	必ず、ぜひ　⇒13課文法解説2
thế thì		それならば、そのようであるならば、じゃあ

文法解説

nhờ		〜してください (『初級』11課)　⇒文法解説1
hãy		(hãy＋動詞句) 〜してください　⇒文法解説1
rẽ		(角を) 曲がる
phải		右
góc cua		(道路の) 曲がり角
tránh		避ける、控える
cho tôi mượn		私に貸す　cho＋[人]＋mượn：[人]に貸す (『初級』20課)
quý khách	《貴客》	お客様
lưu ý	《留意》	注意を払う

dùng cơm		召し上がる
chơi		遊ぶ、（楽器を）弾く
nói thật		本当のことを話す
tắt		（電気などを）消す
máy lạnh		クーラー
tiếp theo		次に続く　名詞＋tiếp theo：次に続く～
cô		（女性教師に対して）先生（先生自身が生徒と話す場合は「私」）
bài học	《học学》	教訓
quý giá	《貴価》	貴重な
bài thi		試験問題
hỏi thăm		様子を尋ねる
vừa mới		（vừa mới＋動詞）～したばかりだ（『初級』16課）
đã		まず（文末に置かれて）
mẹ		①母親　②お母さん、ママ（子どもが母親に対して）
con		①子　②私、僕（子どもが両親に対して） ③あなた（両親が子に対して）
chưa (từng)＋動詞句＋bao giờ (cả)		まだ～したことがない（『初級』16課） ⇒10課文法解説1
đủ		充分な
trang điểm	《粧点》	化粧する
thêm		加える、足す
má hồng	《hồng紅》	赤い頬
nhỉ		～ね（『初級』7課）　⇒4課文法解説3
anh ta		彼（話し手が好ましくないと評価している）
vấn đề	《問題》	問題
đúng là ～		正に～だ、間違いなく～だ、やはり（思った通り）～だ
nhìn thấy		見かける、見る、見える　⇒12課文法解説4
cùng với ～		～と一緒に　⇒文法解説6
lên đường		出発する

gia đình	《家庭》	家庭、家族
sự	《事》	名詞化する働きをもつ　⇒14課文法解説1
ô nhiễm	《汚染》	汚染
môi trường	《媒場》	環境
trầm trọng	《沈重》	深刻な、重大な

練習問題

hoàn cảnh	《環境》	状況
ý kiến	《意見》	意見
nhưng mà		でも、しかし
bên này		こちら側

コラム

phong ba	《風波》	暴風と波浪
bão táp		巨大な台風、大嵐

文法解説　Giải thích ngữ pháp

1.「〜してください」を表す表現

会話文にmời bạn vào đây「どうぞ入っ**てください**」があります。ここで、日本語の「〜してください」に当たる表現を整理しましょう。

（**依頼**）ちょっと手伝ってください。
（**勧め**）どうぞこちらに座ってください。
（**許可**）どうぞ、かけてください。(座ってもいいかと尋ねられて)
（**指示**）次の角を右に曲がってください。
（**指示**）1時間は飲食を控えてください。

日本語の「〜してください」は、依頼・勧め・許可・指示の四つの機能をもっているわけですが、それぞれ対応するベトナム語を見てみましょう。

・**Nhờ** anh giúp tôi một chút.（依頼）　ちょっと手伝ってください。
・**Mời** anh ngồi xuống đây.（勧め）　どうぞこちらに座ってください。
・Được, **mời** anh ngồi.（許可）　いいですよ、どうぞかけてください。

・Anh **hãy** rẽ phải ở góc cua thứ nhất.（指示） 次の角を右に曲がってください。
・Anh **hãy** tránh ăn uống trong một tiếng.（指示） 1時間は飲食を控えてください。

『初級』11課で紹介しましたが、ベトナム語では、相手への**依頼**の「～してください」と、相手への**勧め**の「～してください」を区別します。また、**指示**の「～してください」も区別して、異なった表現形式を用います。

まず、「**依頼：nhờ＋人＋動詞**」の例を見てみましょう（『初級』11課を参照）。

・Nhờ chị đổi tiền cho tôi. 両替してください。
・Nhờ anh chụp ảnh cho tôi, có được không? シャッターを押していただけますか。
（「依頼」では日本語と同様、質問の形にした方が丁寧度が高まります。）

より丁寧度の高い、改まった依頼表現として「**(Xin)＋依頼相手＋làm ơn＋依頼相手の動作**」の形式もあります（làm ơn《恩》は「恩恵を施す」）。

・Chị làm ơn cho tôi mượn xe đạp. 自転車を貸してくださいませんか。
・Xin quý khách làm ơn lưu ý.
お客さまには注意を払ってくださいますようお願い致します。

次に「**勧め：mời＋人＋動詞**」の例を見てみましょう（『初級』11課を参照）。

・Mời chị dùng cơm. どうぞ召し上がってください。
・Mời anh đến chơi. 遊びに来てください。

続いて「**許可**」ですが、勧めと同様に「**mời＋人＋動詞**」の形式です。

・Được, mời anh dùng. どうぞ、使ってください。（使ってもいいかと尋ねられて）

「**指示**」については「**行為者＋hãy＋動詞（＋đi）**」の形式です。

・Các em hãy chú ý nghe nhé. 皆さん、よく聞いてくださいね。（先生が生徒に）
・Chị cũng hãy về nước cùng chồng chị (đi).
あなたもご主人と一緒に帰国してください。
・Anh hãy nói thật đi. あなた、本当のことを言ってください。
・Anh hãy tắt máy lạnh. クーラーを止めてください。

・Anh ơi, anh hãy rẽ phải ở góc cua tiếp theo.
運転手さん、次の角を右に曲がってください。

2. choの使い方

『初級』では以下のようなchoを学びました。整理しておきましょう。

Tôi **cho** rằng anh bị cảm nặng.（思う）9課
Tôi tặng hoa **cho** chị Hoa.（ホアさんに）10課
Nhờ chị đổi tiền **cho** tôi.（わたしのために）11課
Xin chị **cho** tôi một cốc nước.（わたしに与える）13課
Cô Hà **cho** học sinh đọc bài.（生徒に読ませる）18課

動詞としてのchoは「与える」、そして「（自らの見解として）思う、考える」という意味で使用されます。

与える：Các bạn đã cho chúng tôi những bài học quý giá.
皆さんは私たちに貴重な教訓を与えてくれました。
Cho tôi cái này.　これをください。
思う　：Tôi cho là bài thi hôm qua rất khó.　昨日の試験はとても難しかったと思う。

また、「～のために」という副詞的な振る舞いもしますし（上記の例〈11課〉）、「cho＋人＋動詞」の形式で「人に～させてください」という使役にも使用されます。本課会話の発話とともに例を見ておきましょう（使役については13課文法解説4参照）。

Xin lỗi, bạn ơi, cho mình hỏi một chút, có được không?
すみません、あのー、ちょっとお聞きしてもいいですか。

・Cho tôi mặc thử nhé.　試着させてくださいね。
・Cho tôi gửi lời hỏi thăm đến bố mẹ anh.　ご両親によろしくお伝えください。
・Anh ấy vừa mới về nhà nên cho anh ấy nghỉ một chút đã.
彼は帰宅したばかりだから、まずはちょっと彼を休ませてください。
・Mẹ ơi, cho con đi chơi nhé.　ママ、遊びに行ってもいい？（遊びに行かせてね）

３．chưa＋形容詞：まだ～ない

chưaについては、『初級』10課で「完了、未完了」の表現を「đã＋動詞＋chưa?」「chưa＋動詞」の形式で、16課で「経験・未経験」の表現を「đã từng～bao giờ chưa?」「chưa từng＋動詞＋bao giờ」の形式にのせて学びました。

・Anh **đã** uống thuốc **chưa**?　もう薬を飲みましたか。
　― Rồi, tôi đã uống rồi.　はい、飲みました。
　― **Chưa**, tôi **chưa** uống.　いいえ、まだ飲んでいません。
・Anh **đã từng** ăn thịt ếch **bao giờ chưa**?　カエルの肉を食べたことがありますか。
　― Rồi, tôi đã từng ăn thịt ếch.　はい、食べたことがあります。
　― **Chưa**, tôi **chưa từng** ăn thịt ếch **bao giờ**.
　　いいえ、まだ食べたことはありません。

さて、ここでは「**chưa＋形容詞**」（まだ～ない）の文を紹介しましょう。

Cảm ơn bạn, nhưng mình **chưa** thạo đâu.　ありがとう、でも、まだまだです。

・Anh ấy chơi piano **chưa** giỏi.　彼はまだピアノが上手じゃない。
・Đủ chưa?　もう充分？
　― Đủ rồi.　充分。
　― **Chưa** đủ.　まだ充分じゃない。
・Trang điểm xong rồi. Thế này (đã) đẹp chưa?
　お化粧、終わったわ。これで、もう大丈夫？
　― Đẹp rồi.　とってもきれいだよ。
　― **Chưa** đẹp lắm, thêm một chút má hồng nữa.
　　まだまだ、もう少し頬紅を足して。

４．心的態度を表す文末詞～đâu

この課には以下の対話がありました。

Yui　：Thật sự cảm ơn bạn nhiều.　本当にありがとうございました。
Uyên：Không có gì **đâu**.　どういたしまして。

đâuは『初級』4課で疑問詞の「どこ」の意味で、また、11課でkhông～đâu「ぜんぜん～ない」の意味で紹介しました。ここでは、会話の中に出現する

không / chưa 〜 đâuについて、改めて整理しましょう。

このđâuは、không 〜 đâu、chưa 〜 đâuなど、否定の語と呼応して話し手の心的態度（相手の意見を否定したり、相手に反発したりする）を表す機能を有しています。先の例では、Không có gì. だけでも「どういたしまして」の意味ですが、đâuを付加することによって、「ありがとうだなんて、とんでもないです」という、話し手の気持ち（相手に反発する心的態度）を表すことになります。

ほかにも下の対話がありました。

Uyên：Bạn nói tiếng Việt giỏi quá!　ベトナム語がとっても上手ですね。
Yui　：Cảm ơn bạn, nhưng mình chưa thạo đâu.　ありがとう、でも、まだまだです。

ここでは、「ベトナム語が上手ですね」と言われたユイが、nhưng mình chưa thạo（でも、私はまだ上手ではない）でもいいのですが、「(そんなことありません）まだまだです」という気持ちで、相手の意見を否定する心的態度を表すためにchưa thạo（まだ上手ではない）にđâuを付け加え、chưa thạo đâuとしています。ほかの例も見ておきましょう。

・A：Cậu có bận không?　忙しい？
　B：Không, mình không bận đâu.　ううん、ぜんぜん忙しくなんかないよ。
・A：Bài báo cáo này tốt nhỉ.　このレポート、いいね。
　B：Bài báo cáo này chưa tốt đâu.　このレポート、ぜんぜん良くないよ。
・A：Cậu thích anh Tanaka, phải không?　田中君が好きでしょ？
　B：Không, mình không thích anh ta đâu.　ううん、好きなわけないでしょ。
・Đắt quá! Tôi không mua đâu!　高ーい！　絶対買わない！

5．強調のđây

đâyは「これ、ここ」の意味で紹介しました（『初級』2、3課）。物、場所、こと、人にも使える語で「このこと」「この人」の意味もあります（Đây là một vấn đề quan trọng.：これは重要な問題です。Đây là bạn tôi.：この人は私の友達です）。

さて、本課の会話に次の発話があります。

Có, thẻ của mình đây.　ありますﾞ、私の学生証です。

このđâyは通常文末に置かれ、「話し手が**言及する事柄・存在について聞き手の注意を引きつける**」機能を有しています。例を見てみましょう。

・（カフェで）
Nhân viên：Cà phê của chị đây.　コーヒーをお持ちしました。
Lan：Cảm ơn chị.　ありがとう。
・Mai：A-lô, a-lô, em là Mai, chị Hoa đấy à?
もしもし、マイです、ホアさんですか。
Hoa：A-lô, Hoa đây, chào em.　もしもし、ホアよ、こんにちは。
・A：Đúng là chỗ này đây.　正にこの場所です。
B：Thế à, anh đã nhìn thấy UFO ở chỗ này à.
そうですか、この場所でUFOを見たんですね。

6．cùng＋動詞：一緒に～する

cùngは「（～と）一緒に」の意味で『初級』7課で学びました。

Tôi đi cùng, có được không?　一緒に行ってもいいですか。

cùngは「一緒に」の意味で、「**動詞＋cùng (với)＋人**（人と一緒に～する）」も「**cùng＋動詞＋với＋人**（人と一緒に～する）」も可能です。
まず、「**動詞＋cùng (với)＋人**」の例を見ておきましょう。「cùng + 人」と「cùng với + 人」は同様の意味です。

・Tôi đã xem phim cùng (với) chị Hoa.　私はホアさんと一緒に映画を見ました。
・Bạn có muốn ăn cùng (với) chúng tôi không?　私たちと一緒に食事しませんか。
・Tôi muốn đi cùng (với) anh.　私はあなたと一緒に行きたいです。

次に「**cùng＋動詞＋với＋人**」の例を見ましょう。

・Tôi đã cùng xem phim với chị Hoa.　私はホアさんと一緒に映画を見ました。
・Bạn có muốn cùng ăn với chúng tôi không?　私たちと一緒に食事しませんか。
・Tôi muốn cùng đi với anh.　私はあなたと一緒に行きたいです。

このように、cùngは動詞の前にも後ろにも置かれる語で、「**動詞＋ cùng**」も「**cùng ＋動詞**」も「一緒に～する」という意味ですが、「ともに行動する人」を加える場合、「**cùng** ＋動詞」には若干の注意が必要です。

例えば「**cùng** đi：一緒に行く」に「あなたと」を加えると **cùng** đi **với** anh となります。**cùng** đi は文法的ですが、cùng đi anh は非文法的です。

◯Tôi muốn cùng đi với anh.　私はあなたと一緒に行きたいです。
×Tôi muốn cùng đi anh.

本課の会話には「cùng ＋動詞」を使った以下の二つの発話があります。

Vậy thì chúng mình cùng đăng ký bằng máy vi tính ở đây nhé!
それでは、ここにあるコンピュータで一緒に登録しましょうね。
Nếu được, cùng đi ăn trưa nhé!
もし良ければ、一緒にランチに行きましょうね。

以下は「cùng ＋動詞」を使った「私たち一緒に～しましょうね」の例です。

・Ngày mai chúng ta cùng ăn trưa nhé.　明日一緒にランチしましょうね。
・Chúng ta cùng lên đường nhé.　一緒に出発しましょうね。

さて、cùng (với) は**人にも物にも結び付くことができ**、「動詞＋ cùng / cùng với ＋人／物」「cùng ＋動詞＋ với ＋人／物」が可能です。

ăn cùng / cùng với gia đình　家族と一緒に食べる
chơi cùng / cùng với con mèo nhà tôi　うちの猫と遊ぶ
ăn cùng / cùng với rau sống　生野菜と一緒に食べる
cùng ăn với gia đình　家族と一緒に食べる
cùng chơi với con mèo nhà tôi　うちの猫と遊ぶ
cùng ăn với rau sống　生野菜と一緒に食べる

なお、「経済の発展とともに」など、人・物・動物以外の「**事柄**」の場合には cùng với のみを使用します。

Cùng với sự phát triển kinh tế, vấn đề ô nhiễm môi trường trở nên trầm trọng.
経済の発展とともに、環境汚染の問題が深刻になった。

練習問題　Bài luyện tập

問題Ⅰ　次の（　　）に適当な動詞を［　］から選んで書きなさい。

1. Chúng ta phải（　　　）những gia đình có hoàn cảnh như thế nào?
（どのような状況にある家庭を支援しなければならないか）
2. Tôi đã（　　　）môn học xong rồi.（履修登録が終わった）
3. Chị ấy đến Việt Nam（　　　）3 tháng rồi.（3か月が経った）
4. Vấn đề này cần phải（　　　）ý kiến.（意見交換しなければならない）
5. Anh hãy（　　　）máy lạnh nhé.（クーラーを止めてくださいね）
6. Tôi muốn（　　　）bạn với du học sinh Việt Nam.
（ベトナム人留学生と友達になりたい）

ア trao đổi　イ được　ウ đăng ký　エ tắt　オ hỗ trợ　カ kết

問題Ⅱ　次の（　　）に適当な語を［　］から選んで書きなさい。一つの語を複数回使っても良い。

1. （　　　）anh vào.（どうぞ入ってください）
2. Các em（　　　）chú ý nghe nhé.（皆さん、よく聞いてくださいね）
3. Xin lỗi,（　　　）chị giúp tôi một chút.（すみません、ちょっと手伝ってください）
4. Các em（　　　）trả lời câu hỏi của cô nhé.
（皆さん、先生の質問に答えてくださいね）
5. Xin lỗi,（　　　）tôi hỏi một chút.（ちょっとお伺いします）
6. （　　　）tôi ba chai bia.（ビールを3本ください）
7. Chúng ta（　　　）ăn cơm tối nhé.（私たち一緒に晩ご飯食べましょうね）
8. Anh ấy nói tiếng Việt nhưng mà（　　　）giỏi.
（彼はベトナム語を話しますけど、まだ上手じゃないです）
9. A：Cậu thích anh Tanaka, phải không?（田中君が好きでしょ？）
B：Không, mình không thích anh ta（　　　）.（ううん、好きなわけないでしょ）

ア mời　イ cùng　ウ cho　エ nhờ　オ hãy　カ chưa　キ đâu

問題Ⅲ　日本語と同様の意味になるようにベトナム語を並べかえなさい。

1. A：Tokyo, có lạnh không?（東京、寒い？）
B：Không, không / đâu / **bên này** / lạnh　（いいえ、こちらはぜんぜん寒くないよ）
→ Không, **bên này** ______________________________.

2. Anh ơi, ở góc cua / rẽ phải / **anh** / tiếp theo / hãy
（運転手さん、次の角を右に曲がってください）
→ Anh ơi, **anh** ______________________________.

3. muốn / anh / **tôi** / cùng với / đi （私はあなたと一緒に行きたいです）
→ **Tôi** ______________________________.

4. gửi / đến / tôi / **cho** / hỏi thăm / lời / bố mẹ anh （ご両親によろしくお伝えください）
→ **Cho** ______________________________.

コラム：孤立語の代表格、ベトナム語

世界には現在、6,000～7,000もの言語が存在していると言われます。国連に加盟している国家の数は200ほどですので、言語の数の多さに驚かされます。しかし、この数百年の間に多くの言語が消滅し人類は多くの豊かな文化を失ってしまったと言います。現在でも2週間に一つの言語が消滅している恐れもあり、人類の大切な知的遺産が失われ、世界の多様性が急速に失われていると、『消滅する言語』（デイヴィッド・クリスタル著、中公新書）は警告しています。日本でも奄美・沖縄地方の6言語を含む国内の8言語が消滅の危機にあると報道されています（朝日新聞2019/12/25）。

言語学の一分野、言語類型論では世界の言語を膠着語、屈折語、孤立語の三つに分類しており、ベトナム語は孤立語の代表格です。その特徴とは、単語が語形変化をしないこと、文法的関係が主に語順により表されることとされています。膠着語の仲間の日本語と比べてみると、日本語の方は「書かない、書きます、書く、書けば、書こう」などと変化しますが、ベトナム語の方は「viết」のまま、語形変化しません。日本語の「水を飲む」「水がこぼれる」の場合、「水」と動詞「飲む」「こぼれる」の語順は同一で、助詞「を」「が」が水と動詞の関係を示しています。一方、ベトナム語では「uống nước（飲む・水）」「nước tràn（水・こぼれる）」のように語順を変えることによって水と動詞の関係を表します。

ベトナム人なら誰もが知っている、次のような言い方があります。Phong ba bão táp không bằng ngữ pháp Việt Nam.（大嵐の暴風と波浪もベトナム語の文法ほどではない〈ベトナム語の文法は極めて複雑だ〉）。ベトナムの人々が自認するベトナム語文法の複雑さをこのテキストでも垣間見てみましょう。

Bài 2

基本文型・基本文法　Mẫu câu và Ngữ pháp cơ bản

1．**có＋名詞＋gì ～ không?：何か～ある？**
Có món gì cậu muốn ăn không?
何か食べたいもの、ある？

2．**動詞＋hết：残さず全部～する**
Mình ăn hết sạch rồi!
私、全部きれいに食べちゃった！

3．**một trong những＋名詞：～の中の一つ**
Cậu có biết bún chả là một trong những món ăn đặc sản của Hà Nội không?
ブンチャーはハノイの名物料理の一つだって知ってる？

4．**chuyện ～：～という話**
Mình cũng đã nghe chuyện Tổng thống vào quán bún chả rồi.
大統領がブンチャーの店に入った話は私も聞いてる。

5．**muốn ～ từ lâu lắm rồi：ずっと～したかった**
Mình muốn ăn thử từ lâu lắm rồi.
ずっと食べたいと思ってたの。

6．**心的態度を表す文末詞 ～ vậy?：～の？**
Rau hình tam giác trong nước chấm là rau gì vậy?
このタレの中の三角形の野菜は何なの？

7．**có biết không? と đã biết chưa?**
Cậu biết cách ăn bún chả chưa?
ブンチャーの食べ方、知ってる？

8．**lâu について**
Đợi mình lâu chưa?
長く待った？

Hội thoại Đi ăn 'bún chả' cùng với bạn - 03

Uyên : Chào Yui, đợi mình lâu chưa?

Yui : Chào Uyên, mình cũng vừa đến.

Uyên : Yui, 12 giờ rồi nên trước tiên chúng mình đi ăn trưa nhé!
Ở Việt Nam có món gì cậu muốn ăn không?

Yui : Mình muốn ăn thử 'bún chả'!

Uyên : Thế thì chúng mình đi! Ở quận Hai Bà Trưng có một quán bún chả nổi tiếng lắm! Chúng mình đi bằng xe buýt nhé!

〈ở quán bún chả〉

Yui : Đông quá nhỉ.

Uyên : Quán này nổi tiếng lắm. Tổng thống Obama cũng ghé ăn ở đây rồi đấy.

Yui : A, quán đó à! Mình cũng đã nghe chuyện Tổng thống vào quán bún chả rồi.

Yui : Ồ, trông có vẻ ngon quá!

Uyên : Yui, cậu biết cách ăn bún chả chưa?

Yui : Chưa, mình chưa biết.

Uyên : Trước hết, lấy lượng rau tùy theo ý thích cho vào nước chấm, sau đó lấy một ít bún chấm vào nước, rồi ăn cùng chả và rau.

Yui : Mình hiểu rồi. Giống 'Tsukemen' của Nhật nhỉ.
Rau hình tam giác trong nước chấm là rau gì vậy?

Uyên : Đó là đu đủ xanh.

Yui : Đu đủ xanh à! Lần đầu tiên mình thấy đấy.

Uyên : Yui, cậu thấy thế nào?

Yui : Quá ngon! Mình ăn hết sạch rồi!

Uyên : Cậu có biết bún chả là một trong những món ăn đặc sản của Hà Nội không?

Yui : Có, mình có biết! Mình đã từng đọc về bún chả trong 'sách hướng dẫn du lịch'.
Mình muốn ăn thử từ lâu lắm rồi.

Uyên : Ừ, thế thì tốt quá!

会話　友人と「ブンチャー」を食べに行く

Uyên：こんにちは、ユイ、長く待った？

Yui　：こんにちは、ウエン、私も来たばかり。

Uyên：ユイ、もう12時だから、まずお昼ご飯を食べに行こう！
ベトナムで何か食べたいもの、ある？

Yui　：私、「ブンチャー」が食べてみたい！

Uyên：じゃあ、行きましょう！　ハイバーチュン区にすっごく有名なブンチャーのお店があるの。バスで行こうね！

〈ブンチャー店で〉

Yui　：すっごく混んでるねー。

Uyên：この店、とっても有名なの。オバマ大統領もここに立ち寄って食事したのよ。

Yui　：あー、その店なのね。大統領がブンチャーの店に入った話は私も聞いてる。

Yui　：わー、すっごくおいしそう！

Uyên：ユイ、ブンチャーの食べ方、知ってる？

Yui　：ううん、知らない。

Uyên：まず、野菜を好きなだけ取ってタレの中に入れるの、次にブンを少し取ってタレにつけて、それからチャーと野菜と一緒に食べるの。

Yui　：分かったわ。日本の「つけ麺」に似てるのね。
このタレの中の三角形の野菜は何なの？

Uyên：それは青いパパイヤ。

Yui　：青いパパイヤなの！　初めて見たよ。

Uyên：ユイ、ブンチャーはどう？

Yui　：おいしすぎー！　私、全部きれいに食べちゃった！

Uyên：ブンチャーはハノイの名物料理の一つだって知ってる？

Yui　：うん、知ってる。旅行のガイドブックでブンチャーについて読んだことある。
ずっと食べたいと思ってたの。

Uyên：うん、だったら良かった！

語彙リスト　Bảng từ vựng　- 04

会話

bún chả		ブンチャー（ハノイの名物料理）
bún		ブン（ビーフン）
chả		チャー（肉・魚のつくね）
đợi		待つ（「chờ：待つ」に比べてđợiの方がやわらかい感じがある）
lâu		久しい　⇒文法解説8
trước tiên	《tiên 先》	まず、最初に、何よりも先に
có＋名詞＋gì ～ không?		何か～ある？　⇒文法解説1
món		料理、料理の品目
thử		（動詞＋thử）～してみる（『初級』13課）⇒13課文法解説5
quận Hai Bà Trưng	《quận 郡》	ハイバーチュン区（「Hai Bà Trưng：二人のチュン婦人」はTrưng Trắc, Trưng Nhịという名の姉妹で、紀元後1世紀、ベトナムを支配していた中国「後漢」に対して蜂起を指揮し、3年間の独立をもたらしたとされる英雄）
quán bún chả	《quán 館》	ブンチャー専門店
tổng thống	《総統》	大統領
ghé		立ち寄る　ghé vào / qua ～：～に立ち寄る ⇒6課文法解説2
đấy		～よ（文末に置いて新情報を伝えているという話し手の気持ちを表す）（『初級』7課）
à		納得した気持ちを表す
chuyện		～という話、～ということ　⇒文法解説4 ⇒14課文法解説1
đã biết ～ chưa?		現時点でもう知っているか、情報を得ているかを問う　⇒文法解説7
trước hết		（文頭に置いて）まず最初に、第一に（『初級』21課）
lượng	《量》	量　lượng rau：野菜の量
tùy theo		～に従って

ý	《意》	気持ち、考え　tùy theo ý thích：好きなだけ
cho（～）vào …		…に（～を）入れる cho vào lò vi sóng：電子レンジに入れる
nước chấm		つけ汁
một ít		少しの（『初級』23課）　một ít bún：少しのブン
chấm		（タレなどに）つける chấm vào nước：タレにつける
rồi		それから（『初級』21課）
giống		似ている、同じだ　⇒12課文法解説5
hình tam giác	《形三角》	三角形
vậy?		文末詞（追加情報を求める）　⇒文法解説6
đu đủ		パパイヤ
thấy		①見かける、見る、見える　②（状況や物事を）認識する　thấy thế nào?：どう思うか（『初級』15課）　thấy như thế nào?：どのように思うか　⇒12課文法解説4
quá		（quá＋形容詞）～すぎる、 （形容詞＋quá）とても、たいへん
ăn hết sạch rồi		残さずきれいに食べた、完食した
hết		使い切る、終える　（動詞＋hết）残さず～する　⇒文法解説2
một trong những ～		～の中の一つ　⇒文法解説3
món ăn		料理（ănが省略されることもある）
đặc sản	《特産》	特産品　món ăn đặc sản：名物料理
từng		かつて　đã từng＋動詞：かつて～したことがある（『初級』16課）
sách hướng dẫn du lịch	《冊向引遊歴》	旅行ガイドブック
muốn ～ từ lâu lắm rồi		ずっと～したかった　⇒文法解説5
ừ		うん（親しい人との会話で）

文法解説

quen		知り合いになる

cuốn		類別詞（冊子類に付される） cuốn tiểu thuyết：小説
nước ép		ジュース（ép：搾る）
ngôi		類別詞（家屋、星に付される）
sao		星
trời		空
đếm		数える
đầu bếp		料理人
khuấy		かき回す
tan		溶かす
tiêu tiền	《消銭》	お金をつかう
bị ướt		濡れる
cả người		全身（cả：全体の　người：身体） ⇒10課文法解説1
tất cả		全て、全ての
xăng		ガソリン
công bố	《公布》	公表する、発表する
dịch	《疫》	伝染病
bãi biển		海辺、ビーチ　bãi biển Mỹ Khê：ミーケービーチ
nhất		最も、一番（『初級』14課）
Đà Nẵng		ダナン（ベトナム中部の都市、中央直轄市の一つ）
công trình	《行程》	建築物、構造物
kiến trúc	《建築》	建築
cổ	《古》	（価値ある）古い
lâu đời		長い時代を経た、古い
ưu tú	《優秀》	優秀な
từ chức	《辞職》	辞職する
lấy nhau		結婚する
leo		（山に）登る
dạ		はい（丁寧な応答詞）　⇒3課文法解説6
có biết ～ không?		相手の知識を問う　⇒文法解説7

mục sư	《牧師》	牧師
cơ hội	《機会》	機会

練習問題

lúc nãy		さっき
Hồng Kông		香港
lò vi sóng	《vi微》	電子レンジ
nghe nói		～だそうだ（『初級』14課）
làm chả giò		チャーゾー（揚げ春巻き）を作る
bức tranh		絵画（bứcは類別詞、絵、手紙、写真などに付される）
xã hội chủ nghĩa	《社会主義》	社会主義の（「社会主義」はchủ nghĩa xã hội）

文法解説　Giải thích ngữ pháp

1．có＋名詞＋gì ～ không?：何か～ある？

ウエンはユイにỞ Việt Nam có món gì cậu muốn ăn không?（ベトナムで**何か**食べたいもの、**ある？**）と尋ねています。ここで「何か食べたいもの、ある？」「何かしたいこと、ある？」「どこか行きたいところ、ある？」「どこか痛いところ、ある？」のような、日本語の「疑問詞＋助詞『か』＋動詞／形容詞＋形式名詞＋ある／いる？」のベトナム語を紹介します。

「ある？／いる？」という疑問文ですので、có ～ không?の文型を、そして、「gì：何」「ai：誰」などの疑問詞を用います。「どこ」の場合はđâuではなく、chỗ nàoを用います。

- Ở Nhật Bản có món gì cậu muốn ăn không?　日本で何か食べたいもの、ある？
- Ở Tokyo có việc gì cậu muốn làm không?　東京で何かしたいことある？
- Ở Nhật Bản có chỗ nào anh muốn đi không?
  日本でどこか行きたいところある？
- Có chỗ nào anh bị đau không?　どこか痛いところ、ある？
- Ở Tokyo có ai chị quen không?　東京に、あなた誰か知り合い、いる？
- Ở trong gia đình của bạn có ai biết nói tiếng Nhật không?
  ご家族の中にどなたか日本語が話せる人がいますか。

人を主語にした「あなたは何か／どこか／誰か～たい？」（『初級』17課）も確認しておきます。

・Cậu **có** muốn ăn **gì không**?　何か食べたい？
・Cậu **có** muốn đi **đâu không**?　どこか行きたい？
・Cậu **có** muốn gặp **ai không**?　誰かに会いたい？

2．動詞＋hết：残さず全部～する

「**動詞＋hết**」の形式で「残さず全部～する、全部～し終える、～し尽くす」の意味です。ユイの発話とともに例文を見ておきましょう。

Mình ăn hết sạch rồi!　私、全部きれいに食べちゃった！

・Tôi định đọc hết cuốn tiểu thuyết này trong hôm nay.
　私は今日中にこの小説を読み終えようと思っています。
・Ăn hết đi.　残さずに食べちゃいなさい。
・Mẹ ơi, con uống hết nước ép này được không?
　ママ、このジュース、全部飲んじゃってもいい？
・Những ngôi sao trên trời thì tôi không thể đếm hết được.
　空の星は数え切れません。
・Bây giờ các em đã hiểu hết chưa?　これで、皆さん、よく分かりましたか。
・Đầu bếp đã khuấy cho tan hết đường trong cốc.
　料理人はコップの中の砂糖をかき回して残さず溶かした。
・Xin lỗi, anh tiêu hết tiền của em rồi.　ごめん、君のお金、全部使っちゃった。
・Anh ấy đã bị ướt hết cả người vì mưa.　彼は雨で全身ずぶ濡れになった。

「動詞＋hết」と似た形式に「**動詞＋xong**」（～し終える）（『初級』10課）があります。「動詞＋hết」は物に注目しています。一方の「動詞＋xong」は動作に注目しています。

・Tôi đã ăn hết rồi.　私は全部食べてしまいました。
・Tôi đã ăn xong rồi.　私は食べ終えました。（食べ物が残っている可能性もある）
・Tôi đã đọc hết tất cả những quyển tiểu thuyết này.
　私はこれらの小説を全部読みました。
・Tôi đã đọc xong rồi.　私は読み終えました。（読むという動作を終えた）

なお、動詞hếtは「hết＋名詞」の形で「（名詞の）量や状態がなくなる、終わる」という意味になります。

・Hết xăng rồi.　ガソリンが切れちゃった。
・Hết giờ rồi.　（授業や会議の）時間がなくなりました。
・Hết tiền rồi.　お金、全部なくなっちゃった。
・Khi nào thế giới có thể công bố hết dịch COVID-19?
世界はいつ、COVID-19は終息したと発表できるのか。

3．một trong những＋名詞：～の中の一つ

「この大学は日本で最も古い大学の中の一つです」などの文にある「～の中の一つだ」の形式を紹介します。物でも、人でも、この形式が用いられます。

まずはこの課の会話の中に出てくる表現を見ましょう。

Bún chả là một trong những món ăn đặc sản của Hà Nội.
ブンチャーはハノイの名物料理の一つです。

A là mộtと述べて、そのあとに、Aがどのような物の中の「một：一つ」かを付け加えています。例を見ておきましょう。

・Bãi biển Mỹ Khê là một trong những bãi biển đẹp nhất ở thành phố Đà Nẵng.　ミーケービーチはダナン市で最も美しいビーチの中の一つです。
・Việt Nam là một trong những nước thành viên của ASEAN.
ベトナムはアセアン加盟国の一つだ。
・'Nhà hát lớn' là một trong những công trình kiến trúc cổ của Hà Nội.
「オペラハウス」はハノイの古い建築物の一つです。
・Trường đại học này là một trong những đại học lâu đời ở Nhật Bản.
この大学は日本における古い大学の一つです。
・Chị ấy là một trong những nhân viên ưu tú trong công ty này.
彼女はこの会社の中で優秀な社員の一人です。

4．chuyện ～：～という話

本課の会話の中に次の発話があります。

Mình cũng đã nghe chuyện Tổng thống vào quán bún chả rồi.
大統領がブンチャーの店に入った話は私も聞いてる。

chuyệnという語は、『初級』7課でnói chuyện（話をする）という形で学びました。この課では、「chuyện＋文」の形で「～という話」「～ということ」という使い方を紹介します。なお、chuyệnには「出来事、事柄」という意味もあります。例を見ておきましょう（14課の文法解説1も参照）。

・Tôi đã nghe chuyện thủ tướng vừa từ chức.
　私は首相が辞職したことを聞きました。
・Anh đã biết chuyện hai người đó sắp lấy nhau chưa?
　あの二人がもうすぐ一緒になるって話、知ってる？

5．muốn ～ từ lâu lắm rồi：ずっと～したかった

「ずっと～したかった」のベトナム語の表現は、muốn ～ từ lâu lắm rồiの形式を用います。từ lâu lắmですので、「とても長い時間の前から」「とても遠くの時点から」ほどの意味でしょう。lâuは本課の文法解説8でも詳しく説明します。

・Mình muốn ăn thử từ lâu lắm rồi.　私はずっと食べてみたいと思ってました。
・Tôi muốn leo núi Phú Sĩ từ lâu lắm rồi.
　富士山にずっと登りたいと思っていました。
・Em muốn gặp thầy từ lâu lắm rồi.　ずっと先生にお会いしたいと思っていました。

6．心的態度を表す文末詞 ～ vậy?：～の？

vậyは疑問詞gì, đâu, ai, nào, saoなどの疑問詞疑問文の文末に置かれ、「情報が欲しいです」「返事をください」などの話し手の心的態度を表します。話し手が**眼前にある事物や状況**について、その「状況を認識している」ということを聞き手に伝え、さらにその状況についての追加の情報を欲しているという、話し手の「心的態度」を表す役割を内包しています。日本語の「～の？」に近い働きですので、話し手の、相手との距離を縮めてより親しい関係を作ろうとする心的態度を表す場合もあるとも言えます。9課で紹介するthế?も同様の働きをしますので、『初級』7課で紹介したđấyとともに、この3語（vậy, thế, đấy）については9課で改めて整理します。まずはvậyについて、会話中の発話とともに例を見ておきます。

Rau hình tam giác trong nước chấm là rau gì vậy?
このタレの中の三角形の野菜は何なの？

・A：Em ơi, em đang làm gì vậy?　ねえ君、何してるの？
　B：Em đang xem phim.　映画見てるの。
・Mẹ　：Con ơi, con đi đâu vậy?　おまえ、どこに行くの？（母親が子どもに）
　Con：Dạ, con đi công viên chơi.　うん、公園に遊びに行くの。

7．có biết không? と đã biết chưa?

動かしがたい事実について**相手の知識を問う**ような場合には、có biết ～ không? を使います。一方、時間軸を意識し、過去のある時点で知ったことがあるか、あるいは、現時点では知らないが、将来知る可能性があるような事柄について、「**現時点でもう知っているか、情報を得ているか**」を問う場合には đã biết ～ chưa? を使います（会話等では **đã が省略される**こともあります）。

・Bạn có biết bố của thầy Sơn là mục sư không?
　ソン先生のお父さんが牧師さんだということ、知ってる？
・Bạn đã biết thủ tướng vừa từ chức chưa?
　首相が辞任したって、知ってる？

8．lâu について

lâu は「久しい」という意味の形容詞で『初級』6課で紹介しました。日常生活の中でよく使われますので、幾つか例を紹介します。

・**Lâu** lắm rồi không gặp anh!　久しぶりー、随分会わなかったね！
・Anh sống ở Nhật **lâu** chưa?　日本に住んで長いですか。
　ー **Lâu** rồi, 20 năm rồi.　長いです、もう20年です。
　ー Chưa **lâu**, (tôi) mới (sang Nhật) nửa năm thôi.
　　まだ長くないです、来たばかりでまだ半年です。
・Hai người ấy đã **lâu** không gặp nhau.　その二人は久しく会うことはなかった。

この課の会話の冒頭に đợi mình lâu chưa?（長く待った？）がありましたが、主語を加えた対話を確認しておきましょう。

A ：Bạn đã đợi mình lâu chưa?　長く待ちましたか。
B ：Rồi, tôi (đã) đợi bạn lâu rồi.　はい、長く待ちました。
B'：Chưa, tôi đợi bạn chưa lâu lắm đâu.　いいえ、まだそんなに長く待っていません。

また、この課の文法解説5「ずっと〜したかった」にも lâuがありました。

・Tôi muốn ăn Bò Kobe từ lâu lắm rồi, nhưng chưa có cơ hội.
ずっと神戸牛を食べたいと思っていましたが、まだ機会がありません。

練習問題　Bài luyện tập

問題Ⅰ　次の日本語の文はcó biết 〜 không? と (đã) biết 〜 chưa?のどちらを用いるのが良いか、より適当な方を選びなさい。

1. さっき北海道で大きい地震があったの、知ってる？（情報を得ているかを問う）
   ア　Bạn **có biết** lúc nãy ở Hokkaido xảy ra động đất lớn **không**?
   イ　Bạn **biết** lúc nãy ở Hokkaido xảy ra động đất lớn **chưa**?
2. 「レストラン桜」の電話番号、知ってる？（相手の知識を問う）
   ア　Bạn **có biết** số điện thoại 'nhà hàng Sakura' **không**?
   イ　Bạn **biết** số điện thoại 'nhà hàng Sakura' **chưa**?

問題Ⅱ　次の（　　）に最も適当な動詞を［　　］から選んで書きなさい。

1. Món ăn này thì có (　　　) nước mắm không?（ヌオックマムにつけますか）
2. Anh (　　　) tình hình Hồng Kông gần đây như thế nào?
   （最近の香港情勢をどのように考えるか）
3. Trứng thì không được (　　　) lò vi sóng.（卵は電子レンジに入れてはだめ）
4. Mời chị (　　　) qua nhà tôi nhé.（私の家にちょっと立ち寄ってくださいね）
5. Nghe nói là thủ tướng nước Anh đã (　　　) rồi.（英国首相が辞職したそうだ）

ア ghé　イ thấy　ウ chấm　エ cho vào　オ từ chức

問題Ⅲ　次の（　　）に適当な語を［　　］から選んで書きなさい。

1. Chị tôi (　　　) biết cách làm chả giò.（姉もチャーゾーの作り方を知ってます）
2. Trường đại học này là một trong (　　　) đại học lâu đời ở Nhật bản.
   （この大学は日本における古い大学の一つだ）
3. Đợi mình lâu (　　　)?（長く待った？）
4. Tôi đã bán (　　　) những bức tranh trong nhà.（家にある絵を全部売った）

5. Lâu ngày (　　　)! Mấy năm rồi em không gặp thầy!
（たいへんお久しぶりです！　先生にお会いせずに数年経ってしまいました）

6. Em đi đâu (　　　)?（どこに行くの？）

ア cũng　イ chưa　ウ vậy　エ những　オ quá　カ hết

問題Ⅳ　日本語と同様の意味になるようベトナム語を並べかえなさい。

1. A：chưa / đã / **bạn** / đợi / mình / lâu　（あなた長く待った？）
　→ **Bạn** ＿＿＿＿＿＿＿＿＿＿＿＿＿＿＿＿＿＿＿＿ ?
　B：Chưa, mình cũng vừa đến đây.（ううん、私も来たばかり）

2. A：món / **có** / bạn / muốn ăn / gì / không　（何か食べたい料理、ある？）
　→ **Có** ＿＿＿＿＿＿＿＿＿＿＿＿＿＿＿＿＿＿＿＿ ?
　B：Món gì cũng được, anh gọi đi.（何の料理でもいいよ、あなた注文して）

3. xem / **tôi** / phim này / muốn / lâu lắm / từ / rồi
（私はずっとこの映画を見たかった）
→ **Tôi** ＿＿＿＿＿＿＿＿＿＿＿＿＿＿＿＿＿＿＿＿ .

4. một / trong / **Việt Nam** / những / nước / là / xã hội chủ nghĩa
（ベトナムは社会主義国の一つです）
→ **Việt Nam** ＿＿＿＿＿＿＿＿＿＿＿＿＿＿＿＿＿＿ .

5. đã / chuyện / **mình** / Tổng thống / vào / nghe / cũng / quán bún chả / rồi
（大統領がブンチャーの店に入った話は私も聞いてる）
→ **Mình** ＿＿＿＿＿＿＿＿＿＿＿＿＿＿＿＿＿＿＿＿ .

オバマ大統領が食事したブンチャー店

コラム：ベトナム概要

現在の国名は「ベトナム社会主義共和国（Nước Cộng Hòa Xã Hội Chủ Nghĩa Việt Nam）」。第二次世界大戦後の分断国家であった南北ベトナムが1976年7月に統一され成立した。まだ45年が経過したばかりの若い、社会主義を標榜する国家である。首都はハノイ。約9700万（2020年）の人口を擁し、東南アジア諸国連合（ASEAN）10か国中、インドネシア、フィリピンに次ぐ第三の大国でもある。国民の平均年齢は30.4歳（2016年）と人口構成としても若い国家だ。ちなみに日本の平均年齢は46.35歳で世界第一位の老齢国家である。東南アジア諸国と同様に多民族国家であり、54の民族から成る。その最大多数民族がベト族で（dân tộc Việt、キン族dân tộc Kinhとも言う）、ベト族の話す言語がベトナム語である。国土面積は約33万km^2、日本の約37万km^{2}よりやや狭く、九州を除いたほど。

気候については、南北に細長い国土の故、多様性に満ちている。ハノイを中心とする北部地域（miền Bắc）は亜熱帯に属し、5月～10月にかけての雨季と10月～1月にかけての乾季があり、同時に四季も感じられる。ホーチミン市を中心とする南部地域（miền Nam）は熱帯に属し、最寒期の1月でも気温25℃前後とされる。ダナン市、フエ市がある中部地域（miền Trung）も高温多湿の熱帯モンスーンに属し、8月～1月にかけての雨季と2月～7月にかけての乾季がある。7月から10月にかけて台風に襲われる地域でもある。

宗教については、2014年の国内調査で約7割が無宗教、約8%が仏教、同様に約8%がキリスト教と回答している（Statistics of Vietnam 2014）。ベトナムの街を歩くと、店頭に七福神などを祀る祭壇をよく見かけるが、無宗教とはいえ多様な信仰心を有していることが窺える。

Bài 3

基本文型・基本文法　Mẫu câu và Ngữ pháp cơ bản

1．**cách ＋場所名詞＋時間／距離：～から…離れている**

Mình đang thuê căn phòng ở cách trường Đại Học 10 phút đi bộ, ...
私、大学から歩いて10分のところにある部屋を借りてるんだけど、……

2．**bao lâu?：どれぐらいの期間？**

Cháu định sống ở Hà Nội bao lâu?
あなた、ハノイでどれぐらい生活するつもり？

3．**話者の心的態度を表す：được thôi**

Được thôi.
いいわよ。

4．**vừa ＋形容詞＋ vừa ＋形容詞：～だし…だ**

Phòng này vừa thoáng mát vừa yên tĩnh.
この部屋は風通しがよくて涼しいし、静かだしね。

5．**可能表現**

Nhớ báo cho bố mẹ là tìm được phòng rồi nhé.
部屋が見つかったって、ご両親にお知らせしてね。

6．**敬意表現**

Vinh：Cháu định sống ở Hà Nội bao lâu?
　　　あなた、ハノイでどれぐらい生活するつもり？
Yui　：Dạ, cháu chỉ ở đây sáu tháng thôi ạ.
　　　はい、私は6か月だけなんです。

Hội thoại Tìm được phòng trọ - 05

Uyên : Yui ơi, bây giờ cậu có gặp vấn đề gì khó khăn không?

Yui : Cảm ơn Uyên. Thật ra mình đang cần tìm chỗ ở. Bây giờ mình vẫn còn ở khách sạn.

Uyên : Ồ thế à.
A! Mình đang thuê căn phòng ở cách trường Đại Học 10 phút đi bộ, ở đấy chắc là còn mấy căn phòng trống. Chưa gặp chủ nhà thì chưa biết thế nào nhưng cậu có muốn đến xem thử không?

Yui : Thật không? Thế thì mình đến xem nhé!

〈ở phòng trọ của Uyên〉

Uyên : Cô Vinh, đây là Yui, bạn Nhật cùng trường Đại Học với cháu.
Bây giờ Yui đang tìm phòng trọ, cô cho Yui thuê được không ạ?

Vinh : Cháu là Yui à. Cô tên là Vinh.

Yui : Cháu chào cô ạ. Cháu muốn thuê nhà, mong cô giúp đỡ cháu.

Vinh : Cháu định sống ở Hà Nội bao lâu?

Yui : Dạ, cháu chỉ ở đây sáu tháng thôi ạ.

Vinh : Vậy à. Hơi ngắn nhỉ. Nhưng mà, bây giờ còn hai phòng trống nên được thôi... cô sẽ cho cháu thuê.

Vinh : Yui, cháu thích phòng nào?

Yui : Dạ, cháu thích phòng này hơn ạ, vì phòng này có vẻ sáng sủa.

Vinh : Ừ, được. Phòng này vừa thoáng mát vừa yên tĩnh.
Lúc nào cháu chuyển đến?

Yui : Nếu được thì ngày mai, cháu chuyển ngay, được không ạ?

Vinh : Được. Chắc bố mẹ cháu ở Nhật lo lắng lắm. Nhớ báo cho bố mẹ là tìm được phòng rồi nhé.

Yui : Vâng ạ.

Vinh : Không sao đâu. Khu này rất an toàn.

Yui : Cháu cảm ơn cô. Ngày mai cháu chuyển đến ạ.

会話　下宿が見つかる

Uyên：ユイ、今、何か困ってることある？

Yui　：ありがとう、ウエン。実は住むところを探さなくちゃいけないの。今もまだホテルにいるの。

Uyên：えー、そうなの。
あっ、そうだ！　私、大学から歩いて10分のところにある部屋を借りてるんだけど、確か空いてる部屋が幾つかあると思う。大家さんに会ってみないと、どうか分からないけど、見に来る？

Yui　：本当？　だったら、見に行くね！

〈ウエンの下宿先で〉

Uyên：ヴィンおばさん、この子ユイです、私と同じ大学の、日本から来た友達です。今、ユイは下宿を探しているんですけど、おばさん、ユイに部屋を貸していただけませんか。

Vinh：あなたがユイさんね、私、名前はヴィンです。

Yui　：こんにちは、ヴィンおばさん。部屋をお借りしたいんですが、どうぞよろしくお願いします。

Vinh：あなた、ハノイでどれぐらい生活するつもり？

Yui　：はい、私は6か月だけなんです。

Vinh：そうなの。ちょっと短いわね。でも、今部屋が二つ空いているから、いいわよ……あなたに貸してあげましょう。

Vinh：ユイ、どっちの部屋がいい？

Yui　：はい、私はこちらの部屋の方が好きです。この部屋は明るそうなので。

Vinh：ええ、いいわよ。この部屋は風通しがよくて涼しいし、静かだしね。
いつ引っ越して来る？

Yui　：もしできたら、明日、すぐに越して来てもいいでしょうか。

Vinh：いいですよ。きっと日本にいるあなたのご両親が心配してるでしょう。
部屋が見つかったって、ご両親にお知らせしてね。

Yui　：はい。

Vinh：大丈夫よ。この辺りはとても安全よ。

Yui　：ありがとうございます。明日引っ越して参ります。

語彙リスト　Bảng từ vựng　- 06

会話

tìm được		見つかる
phòng trọ		下宿、下宿の部屋、アパート（phòng：部屋 trọ：仮住まいする）
gặp vấn đề khó khăn		困難な問題にぶつかる（gặp：会う）
khó khăn		困難な
tìm		探す
chỗ ở		住むところ
vẫn còn		依然としてまだ、変わらずまだ
thuê		（料金を払って）借りる（『初級』20課） thuê nhà / phòng：家／部屋を借りる
căn		類別詞（部屋などに付される）
cách	《隔》	（空間、時間）離れている　⇒文法解説1
đi bộ	《bộ 歩》	歩く
chắc là		確か／きっと（～と思う）
trống		（ホテルの部屋などが）空いている
chủ nhà	《chủ 主》	大家さん
cô	《姑》	おばさん（親族関係の中では父親の妹「叔母」を指すが、話し手から見て「叔母」と同年齢の女性にも用いられる） ⇒11課文法解説1
cùng		同一の　cùng trường Đại Học：一緒の学校
cháu		私、～さん、孫、甥、姪　⇒11課文法解説1
cho＋[人]＋thuê		[人]に（料金を取って）貸す
mong		望む、期待する、心待ちにする、願う ⇒8課文法解説6
giúp đỡ		支援する、援助する、サポートする
định	《定》	（định＋動詞）～するつもりだ、～する予定だ（『初級』14課）
bao lâu?		どれぐらいの期間？　⇒文法解説2

dạ		はい（丁寧な応答詞） ⇒文法解説6
chỉ ～ thôi		～だけだ、～しか…ない（『初級』19課）
ạ		文末に添えて敬意を表す（『初級』10課）
vậy à		そうですか、そうなのね（相づち）
nhỉ		～ね ⇒4課文法解説3
được		それで良い
được thôi		大丈夫、いいですよ ⇒文法解説3
thích ～ hơn		～がより好きだ（『初級』14課） ⇒8課文法解説3
có vẻ		～のようだ、～しそうだ（vẻ：外見、様子）（『初級』15課）
sáng sủa		（日差しが入って）明るい
vừa ～ vừa …		～だし…だ ⇒文法解説4
thoáng		風通しがいい
mát		涼しい
yên tĩnh	《安静》	（騒音がなく）静かな
lúc nào ～?		いつ（＝khi nào）
chuyển	《転》	引っ越す chuyển nhà / chỗ ở：家を引っ越す／住まいを移す
nếu được thì		もし良ければ、もしできたら
chắc		きっと～だろう、たぶん～だろう（『初級』10課）
nhớ		（nhớ＋動詞）忘れずに～する ⇒4課文法解説4
báo	《報》	知らせる
là ～		～と（知らせる、思う、など）
không sao		問題ない、大丈夫
khu	《区》	地域、区域
an toàn	《安全》	安全な

文法解説

cây số	キロメートル
bao xa	（疑問詞）どれぐらい離れているか、どれぐらいの距離か ⇒文法解説2

siêu thị	《超市》	スーパーマーケット
Huế		フエ（ベトナム中部の都市、グエン王朝時代の王宮があり、王宮は世界文化遺産となっている）
mất		（時間、お金が）かかる、失う、なくす
cuộc đời		人生
luôn luôn		常に、いつも　⇒11課文法解説5
lại đến		また来る　⇒4課文法解説5
giải quyết	《解決》	解決する
sự cố	《事故》	トラブル、事故
du học	《遊学》	留学する　đi du học ở / tại ～：～に留学する
kết hôn	《結婚》	結婚する
tự mình	《tự 自》	自ら
chịu		（責任を）負う、受け入れる、がまんする、耐える
trách nhiệm	《責任》	責任
vai		肩
suốt		～を通して
cả ngày		全日、一日中
dán		貼る　dán vào ～：～に貼る
khỏi		治る　khỏi bệnh：病気が治る　ra khỏi ～：～から出る
chiếc		類別詞（アオザイ、時計、指輪など、製品に付される）
mọi ～		すべての～
mọi người		全ての人、みんな
ngạc nhiên	《愕然》	びっくりする
tán thành	《賛成》	賛成する
tin	《信》	信じる（tinには名詞も名詞節も後置可。Tôi tin con tôi.：私は我が子を信じている。 Tôi tin con tôi sẽ nói thật.：私は我が子が本当のことを話すと信じている。）
tha thứ		許す
nổi		（動詞＋nổi）困難だが～できる　⇒文法解説5
vác		担ぐ
cân	《斤》	重さの単位　1 cân=1,000g

sự cực nhọc	《事極辱》	苦しみ（cực nhọc：苦労の多い）　⇒14課文法解説1
xách		手に持つ、提げる
va-li		スーツケース（仏語valiseから）
ai mà 〜 nổi		いったい誰が〜できるのか（誰もできない）
tưởng tượng	《想像》	想像する
bài tập	《tập 習》	宿題　làm bài tập：宿題をする
kính	《敬》	敬う　⇒文法解説6
chúc	《祝》	祈る

練習問題

lúc nào		（lúc nào＋節）〜する／した時には
chiến tranh	《戦争》	戦争
lưng		腰
tin tức	《信息》	ニュース
chính trị gia	《政治家》	政治家
nước máy		水道水
Nhà Trắng		（米国の）ホワイトハウス

文法解説　Giải thích ngữ pháp

1．cách＋場所名詞＋時間／距離：〜から…離れている

話題となっている場所が、ある場所からどれぐらい離れているか、どれぐらいの距離にあるかを、cáchを用いて伝える表現を学びます。cáchは『初級』7課では「方法」という意味の名詞で紹介しました。このテキストの中でも、1課で**cách** đăng ký môn học（授業科目の登録の仕方)、2課でも**cách** ăn bún chả（ブンチャーの食べ方）という句の中で「方法、やり方」の意味で登場しました。

ここで紹介する形式の中ではcáchは「隔てる、離れている」という意味の動詞で、「〜から…離れている、…の距離のところにある」の意味を表します。「**話題となっている場所＋** cách **＋起点となる場所＋距離**」の語順です。

・Sân bay cách nhà tôi 10 cây số.　空港は私の家から10キロ離れている。

・Nhà tôi cách ga Tokyo khoảng 1 cây số.
私の家は東京駅から1キロほどのところにある。

疑問文にはbao xaが用いられます。

・Nhà chị cách đây bao xa?　あなたの家はここからどれぐらいの距離ですか。

「話題となっている場所＋cách＋起点となる場所＋かかる時間＋移動の手段」の順序で時間について表すこともできます。例を見ておきましょう。

・Nhà tôi cách trường đại học 20 phút đi bộ.
私の家は大学から徒歩で20分のところにある。

・Sân bay cách nhà tôi 1 tiếng đi xe ô-tô.　空港は私の家から車で1時間です。

・Siêu thị cách chỗ này 30 phút đi tàu điện.
スーパーマーケットはここから電車で30分です。

本課会話内の発話は以下の通りです。

Mình đang thuê căn phòng ở cách trường Đại Học 10 phút đi bộ, ...
私、大学から歩いて10分のところにある部屋を借りてるんだけど、……

ここでは「大学から歩いて10分の距離にあるところに位置する（ở）部屋を借りている」という構造になっています。

2．bao lâu?：どれぐらいの期間？

「どれぐらいの期間～する／したか」を問う疑問詞としてbao lâuを紹介します。「**文＋bao lâu?**」の文型が使われます。

この課に大家のVinhさんの次の発話がありました。

Cháu định sống ở Hà Nội bao lâu?　あなた、ハノイでどれぐらい生活するつもり？

そのほかの例を見ておきましょう。

・Anh sẽ ở Tokyo bao lâu?　どれぐらい東京に滞在しますか。

・Chị đã học tiếng Việt bao lâu rồi?　どれぐらいベトナム語を勉強しましたか。

・Chị Sato sang Hà Nội đã được bao lâu rồi?
佐藤さんはハノイに来て、どれぐらい経ちましたか。

また、bao lâu?は文法解説1で登場した「話題となっている場所＋**cách**＋起点となる場所＋時間」の文型でも用いられ、「どれぐらいの時間がかかるか」という意味で使われます。

・A：Nhà anh cách đây bao lâu?　あなたの家はここからどれぐらいかかるの？
B：Nhà tôi cách đây 30 phút.　私の家はここから30分かかります。

ここで、既に学んだbaoに関連した疑問詞四つを整理しておきましょう。

◆bao nhiêu（数量を尋ねる）（『初級』6課）
・Cái này bao nhiêu tiền?　これ、いくらですか。
・Anh bao nhiêu tuổi?　あなたは何歳ですか。
・Từ đây đến Ga Huế bằng xe ô-tô mất bao nhiêu tiếng đồng hồ?
ここからフエ駅まで何時間かかりますか。

◆bao xa（距離を尋ねる）
・Nhà chị cách đây bao xa?　あなたの家はここからどれぐらいの距離ですか。

◆bao lâu（期間を尋ねる）
・Anh sẽ ở Tokyo bao lâu?　どれぐらい東京に滞在するの？
・Từ Hà Nội đến Đà Nẵng bằng máy bay mất bao lâu?
ハノイからダナンまで飛行機でどれぐらい時間がかかりますか。
・Nhà anh cách đây bao lâu?　あなたの家はここからどれぐらいかかるの？

◆bao giờ（「いつ～か」を尋ねる）（『初級』6課）
・Anh về nước bao giờ?　いつ帰国したの？
・Bao giờ thì đi?　いつ行く？

なお、bao giờには「いつ～か」のほかに、「bao giờ ～ cũng：いつでも、いつだって、いかなる時も」「bao giờ ～：いつか、いつの日にか」の使い方もあります。

・A：Anh ấy nói là “cuộc đời luôn luôn như vậy”.
彼は「人生とはそんなものだ」って言ってる。
B：Bao giờ anh ấy cũng nói như thế.　いつも彼はそのように言うんだ。

・A：Cô ta lại đến muộn!　彼女、また遅れて来た。
　B：Bao giờ cô ta cũng vậy.　いつだって彼女はそうなんだ。

・Bao giờ cho mình nghe nhé!　いつか聴かせてね！（5課会話）
・Bao giờ đi ăn nhé!　いつか食べに行こうね！
・chồng（夫）：Nhìn này, cảnh này đẹp quá nhỉ.
　　ねえ見て、この景色、きれいだね。（写真などを見ながら）
　vợ（妻）　：Bao giờ anh đưa em đi chỗ này nhé.
　　いつかここに連れて行ってね。

3．話者の心的態度を表す được thôi

この課の会話の中に、次の発話がありました。

...bây giờ còn hai phòng trống nên được thôi... cô sẽ cho cháu thuê.
今部屋が二つ空いているから、いいわよ……あなたに貸してあげましょう。

thôiは「（仕事などを）やめる」という意味の動詞です（ex. thôi việc：退職する、thôi học：退学する）。このđược thôiですが、「いいです」という内容を伝えるならđượcあるいはđược rồiで充分です。話者が「本当は相手の希望・要望を容認したくはないが、**妥協して認める**」という気持ちを表す場合、このように**thôi**が付け加えられます（「**妥協の thôi**」）。

・A：Anh phải giải quyết sự cố này trong ngày hôm nay.
　　今日中にこのトラブルを解決してね。
　B：Trong ngày hôm nay thì hơi khó nhưng được thôi... tôi sẽ cố gắng.
　　今日中はちょっと難しいですけど……いいですよ、頑張ってみます。
・A：Mẹ ơi, con muốn đi du học ở Mỹ.　母さん、私アメリカに留学したいんだけど。
　B：Không! Trước tiên là phải kết hôn!　だめよ、まずは結婚しないと。
　A：Nhưng mà bây giờ không đi thì không còn cơ hội nữa!
　　でも今行かないと、もうチャンスがないの。
　B：Được thôi... nếu không kết hôn được thì tự mình chịu trách nhiệm!
　　分かったわ……もし結婚できなかったら、あなたの責任よ！

thôiには、もう一つの使い方があります。話し手が、相手が何かを心配していることを理解したうえで、「もうこれ以上心配しなくて大丈夫だよ」といった気持ちを伝えたい場合にも **thôi** が付け加えられます（「**大丈夫の thôi**」）。

・A：Tôi bị đau vai suốt cả ngày hôm nay!　今日は一日中肩が痛くて痛くて。
　B：Không sao đâu. Dán thuốc này vào thì sẽ khỏi ngay thôi.
　　大丈夫。この薬を貼ったら、すぐに治るから心配ないよ。

4．vừa＋形容詞＋vừa＋形容詞：～だし…だ

『初級』17課では「vừa＋動詞＋vừa＋動詞」の形式で、「～しながら…する」を紹介しました。

・Tôi **vừa** nghe nhạc **vừa** lái xe ô-tô.　音楽を聞きながら車を運転します。
・Anh ấy thường **vừa** xem tivi **vừa** làm bài.
　彼はいつもテレビを見ながら宿題をします。

この課では「**vừa ＋形容詞＋ vừa ＋形容詞**」（～だし…だ）の形式を紹介します。大家のヴィンさんの発話とともに例を見ておきましょう。

Phòng này vừa thoáng mát vừa yên tĩnh.
この部屋は風通しがよくて涼しいし、静かだしね。

・Căn phòng này vừa rộng vừa thoáng.　この部屋は広いし風通しがいい。
・Chiếc áo dài này vừa đẹp vừa dễ mặc.　このアオザイは綺麗だし着やすい。

5．可能表現

可能表現については『初級』9課で紹介しました。

・Tôi **có thể** bơi **được**. / Tôi **có thể** bơi. / Tôi bơi **được**.　私は泳げます。

このように có thể＋動詞＋được、có thể＋動詞、動詞＋được、の三つの形式がありました。この「私は泳げます」は、〈能力があるので泳げる〉場合（能力可能）も、〈水がきれいだという状況があるので泳げる〉場合（状況可能）も、どちらもこの形式で表すことができました。

・Anh ấy **có thể** đọc **được** tạp chí tiếng Pháp.
　彼はフランス語の雑誌が読めます。（能力可能）

・Mọi người **có thể** đọc tạp chí tiếng Pháp ở thư viện.
みんな図書館でフランス語の雑誌が読めます。(状況可能)

・Khi đọc **được** tạp chí tiếng Pháp ở thư viện thì tôi đã rất ngạc nhiên.
図書館でフランス語の雑誌が読めた時にはびっくりしました。(状況可能)

また、biết +動詞の形式で「能力可能」を表すことも合わせて紹介しました。

・Tôi **biết** bơi.　私は泳げます。

・Anh ấy **biết** lái xe.　彼は車の運転ができます。

この課には次の発話があります。

Nhớ báo cho bố mẹ là tìm được phòng rồi nhé.
部屋が見つかった（探すことができた）って、ご両親にお知らせしてね。

さて、可能表現に関連してほかの四つの形式を紹介しましょう。

◆**khó mà ＋動詞＋ được**（〜しかねる／〜しがたい）

・**Khó mà** tán thành ý kiến của chị ấy **được**.　彼女の意見には賛成しかねます。

・**Khó mà** tin **được**.　信じがたいです。

・**Khó mà** tha thứ **được**.　許しがたいです。

◆**動詞＋ nổi**（話し手が**「困難と判断していること」の実現可能性**について述べる。困難だが〜できる）

・Anh ấy vác nổi 60 cân gạo.　彼は60キロの米を担げる。

・Chị ấy đã không chịu nổi sự cực nhọc.
彼女は苦しみに耐えることができなかった。

・A：Cậu có xách nổi cái va-li nặng này không?
　　この重いスーツケース、持てる？
　B：Ừ, mình xách nổi.　うん、持てる。

・Khó thế này, ai mà làm nổi.
（試験問題などが）こんなに難しくて、いったい誰ができるっていうの！（誰もできない）

◆**không (thể) ＋動詞＋ nổi**（したくても〜できない）

・Nước lạnh quá, không tắm nổi.　水がすごく冷たくて、浴びられません。

・Nước lạnh quá, không thể bơi nổi.　水がすごく冷たくて、とても泳げません。

・Món ăn quá nhiều, tôi không ăn nổi.　料理が多すぎて、食べられません。

・Tôi mệt quá không ăn nổi.　疲れちゃって、食べられません。
・Tôi không chịu nổi nữa.　私はこれ以上、がまんできません。
・Nặng quá, không vác nổi.　すごく重くて、とても担げません。
・Tôi không thể tưởng tượng nổi.　私にはとても想像できません。

Bài 3

◆không ai có thể＋動詞＋được（誰も～できない）

・Không ai có thể đếm hết được số sao trên trời.
誰も空の星の数を数え尽くすことはできない。

6. 敬意表現

本課に次の対話があります。

Vinh：Cháu định sống ở Hà Nội bao lâu?
あなた、ハノイでどれぐらい生活するつもり？
Yui　：Dạ, cháu chỉ ở đây sáu tháng thôi ạ.　はい、私は6か月だけなんです。

ユイが発した「dạ：はい」は、「目上の人に対する礼儀を表明する」機能を持っています。ここではyes / no questionに対する「はい」ではなく、目上の相手が言ったことを「受け止めました」というサインとしての「はい」です。日本語ではどちらも「はい」ですが、ベトナム語では語を使い分け、前者は「vâng / có：はい」、後者は「dạ：はい」で、**dạは敬意表現の一つ**です。ですからDạ, vâng. もDạ, không. も可能です。ユイは「年上の大家さん」という相手に配慮し、なおかつ部屋を借りるお願いをする場面であることにも配慮して、敬意表現のdạを使用しています。

敬意表現の機能を担うdạには、①相手が言ったこと（疑問文・指示・要求など）を受け止めた際の「はい」、②名前を呼ばれた際などの「はい」、の2通りの使い方があります。例を見ておきましょう。

・Chị Hoa：Em ơi, uống trà một chút đi.　あなた、お茶でも飲んで。
Em Linh：Dạ, xin cảm ơn chị.　（①）はい、ありがとうございます。
・Bố　：Hiền ơi.　ヒエン！
Hiền：Dạ!　（②）はい！
・A：Đây có phải là địa chỉ email của anh không?
これはあなたのメールアドレスですか。
B：Dạ vâng, của tôi.　（①）はい、そうです、私のです。

・Mẹ　：Con ơi, con làm bài tập đi nhé.　宿題しなさいね。

Con：Dạ, con ăn cơm xong rồi làm.　（②）はーい、ご飯食べてからやる。

・A：Cháu ăn gì chưa?　あなた、何か食べた？

B：Dạ, cháu chưa ạ.　（①）はい、まだ食べておりません。

また、**主語を略さずに発話すること**も敬意表現の一つで、「あなた、ハノイでどれぐらい生活するつもり？」と尋ねられて、ユイは「sáu tháng：6か月」とぶっきらぼうに答えることはせずに、Dạ, cháu chỉ ở đây sáu tháng thôi ạ. と答えています。どの言語でも、通常、文が長くなればなるほど丁寧度は高まります。さらに、**文末に ạ を添えること**ももちろん敬意表現の一つです。

ベトナム語の敬意表現を整理しておきましょう。

Ⅰ dạ, ạ, xin, thưa, kính など敬意を表す語を用いる

・Xin cảm ơn thầy nhiều ạ.　先生、本当にありがとうございます。

・Thưa cô, em đã đánh mất ví rồi ạ.
先生、私は財布をなくしてしまいました。（『初級』19課）

・Kính chúc giáo sư luôn luôn khỏe mạnh.　先生のご健康を祈念申し上げます。
（kính《敬》は動詞「敬う」という意味で、通常、chúc（祝う）、mời（招く）、gửi（送る）等々の動詞に前置して、相手への敬意を表す）

Ⅱ 主語を略さず、完全な文を用いる（ベトナム語においては相手との関係が主語〈em, cháu など〉によって明確になる）

Ⅲ 尊敬語、丁寧語、謙譲語を用いる（ex. dùng cơm：召し上がる、gửi tiền：お支払いする、Ngày mai em lên thăm thầy ạ.：明日、先生のところに参ります。）

練習問題　Bài luyện tập

問題Ⅰ　次の（　　）に最も適当な語を［　］から選んで書きなさい。

1. Bây giờ tôi đang (　　　) phòng trọ.（今、下宿を探しています）
2. Lúc nào biết kết quả thi, anh hãy (　　　) cho tôi nhé.
   （試験の結果が分かった時には、私に知らせてね）
3. Tuần sau tôi sẽ (　　　) nhà.（来週引っ越します）
4. Tôi đang (　　　) nhà của anh trai tôi.（兄の家を借りている）
5. Nhân dân thế giới đã (　　　) Việt Nam trong chiến tranh.
   （戦争中、ベトナムを支援した）
6. Xin lỗi, khách sạn này không còn phòng (　　　).
   （当ホテルには空いている部屋は残っておりません）

ア chuyển　イ trống　ウ tìm　エ báo　オ thuê　カ giúp đỡ

問題Ⅱ　次の（　　）に最も適当な語を［　］から選んで書きなさい。

1. A：Mời anh ngồi.（どうぞ、かけてください）
   B：Dạ, tôi bị đau lưng, không ngồi xuống (　　　).
   （はい、腰が痛くて（座りたくても）座れないんです）
2. A：Cậu đã nghe tin tức về chính trị gia đó chưa?
   （あの政治家のニュース、聞いた？）
   B：Ừ, nghe rồi, (　　　) tha thứ được.（うん、聞いた、許しがたいね）
3. A：Nước máy ở Nhật (　　　) uống được không?
   （日本の水道水は飲めますか）
   B：Dạ, uống được.（はい、飲めます）
4. A：Bố ơi, ngày mai cho con đi chơi nhé!（パパ、明日遊びに行ってもいい？）
   B：Được (　　　)... nhưng phải về sớm!
   （いいけど……でも早く帰って来るんだよ）

ア thôi　イ có thể　ウ nổi　エ khó mà

問題Ⅲ　次の（　　）に適当な語を［　］から選んで書きなさい。

1. Nhà ga (　　　) nhà tôi 10 phút đi bộ.（駅は家から歩いて10分だ）
2. Bánh mì này (　　　) cứng (　　　) không ngon.（固いしおいしくない）
3. Chị (　　　) tuổi?（何歳ですか）
4. Cháu định sống ở Hà Nội (　　　)?（どれぐらい住むつもり？）
5. (　　　) Tổng thống sẽ quay lại Nhà Trắng?
（いつ大統領はホワイトハウスに戻りますか）
6. Nhà chị cách đây (　　　)?（お家はここからどれぐらいの距離ですか）

ア bao lâu　イ bao nhiêu　ウ vừa　エ cách　オ bao xa　カ bao giờ

問題Ⅳ　日本語と同様の意味になるようベトナム語を並べかえなさい。

1. rộng / **căn** / vừa / thoáng / phòng / này / vừa　（この部屋は広いし風通しがいい）
→ **Căn** ______________________________.

2. tiếng Việt / **anh** / bao lâu / học / rồi / đã
（もうどれぐらいベトナム語を勉強しましたか）
→ **Anh** ______________________________?

3. xách / **cậu** / cái va-li nặng / có / này / nổi / không
（この重いスーツケース、持てる？）
→ **Cậu** ______________________________?

Bài 4

基本文型・基本文法　Mẫu câu và Ngữ pháp cơ bản

1．**人称（bà – cháu）について**

Bà Tâm ơi, bạn này là bạn Nhật của cháu, bạn ấy muốn đặt may áo dài ạ.
タムさん、この子、私の日本の友達で、彼女、アオザイを作りたいんです。

2．**bất cứ ～ nào：どの～（で）も**

Cháu có thể mặc thử bất cứ loại áo dài nào trong tiệm này.
店内のどのアオザイでも試着していいのよ。

3．**心的態度を表す ～ nhỉ：～（よ）ね**

Bộ (áo dài) này nhỉ?
この上下（のアオザイ）よね？

4．**nhớ＋動詞：忘れずに～する**

Lúc đó nhớ mang theo ‘biên lai’ này nhé.
その時はこの領収書を忘れずに持って来てね。

5．**lại＋動詞：（時間を置いて）再び同様のことをする**

2 tuần sau, cháu lại đến đây để lấy áo nhé.
2週間後にまた来てくださいね。

6．**cả A lẫn B đều ～：AもBもどちらも～**

Đây là tiệm áo dài mà cả mình lẫn chị gái mình đều thường hay đặt may.
ここが私も姉もよく仕立ててもらってるアオザイのお店よ。

7．**＊ ～ thì mới …：～して初めて…する**

Tôi nên đi ra ngoài, gặp gỡ nhiều người, vui vẻ chào hỏi và giao lưu với mọi người thì mới sống vui được.
私は外に出て、多くの人と出会って、笑顔で挨拶して、皆さんと交流するべきで、そうして初めて楽しく生活することができます。

Hội thoại Đặt may 'áo dài' - 07

Yui : Uyên ơi, mình muốn đặt may áo dài.
Uyên : Thế à. Mình nghĩ là Yui mặc áo dài thì sẽ đẹp lắm!
Yui : Nhưng mà...
Uyên : Nhưng mà sao? Đặt may áo dài thì có nhiều chỗ lắm.
Yui : Cậu giới thiệu cho mình một tiệm may áo dài đẹp được không?
Uyên : Tất nhiên rồi! Chúng ta đi bây giờ luôn nhé!

〈ở tiệm áo dài〉
Uyên : Đây là tiệm áo dài mà cả mình lẫn chị gái mình đều thường hay đặt may.
Yui : Ồ, người ta treo nhiều áo dài đẹp quá!
Uyên : Bà Tâm ơi, bạn này là bạn Nhật của cháu, bạn ấy muốn đặt may áo dài ạ.
Tâm : Ừ, chào cháu. Cháu học cùng trường với Uyên à?
Cháu có thể mặc thử bất cứ loại áo dài nào trong tiệm này. Trước tiên, cháu chọn kiểu nhé, sau đó bà sẽ lấy số đo.

Tâm : Cháu có thích bộ nào không?
Yui : Vâng, cháu muốn mặc thử bộ áo dài trắng có thêu hoa vàng kia ạ.
Tâm : Bộ này nhỉ?
Yui : Ôi, xinh quá! Bà cho cháu mặc thử nhé.

Yui : Uyên ơi, cậu thấy thế nào?
Uyên : Tuyệt vời! Hợp với cậu lắm!
Yui : Bà Tâm ơi, cháu chọn kiểu này ạ.
Tâm : Được rồi. Mời cháu đi vào phòng bên trong để lấy số đo.

Tâm : Của cháu hết hai triệu đồng.
Đây là 'biên lai'. 2 tuần sau, cháu lại đến đây để lấy áo nhé. Lúc đó nhớ mang theo 'biên lai' này nhé.
Yui : Vâng ạ. Thế thì 2 tuần sau cháu sẽ đến để lấy.
Cảm ơn Uyên nhé! Thích quá, sắp có áo dài rồi!

会話　「アオザイ」をオーダーメイドする

Yui　：ねぇウエン、私、アオザイを作りたいの。
Uyên：そーなの！　ユイがアオザイを着たら、とってもきれいだと思うなー！
Yui　：だけど……。
Uyên：だけど、どうしたの？　アオザイ作るなら、作れるところたくさんあるよ。
Yui　：きれいなアオザイを縫ってくれるお店を紹介してくれる？
Uyên：もちろんだよ！　さっそく行こう！

〈アオザイ店で〉
Uyên：ここが私も姉もよく仕立ててもらってるアオザイのお店よ。
Yui　：わー、きれいなアオザイがたくさん並んでる！
Uyên：タムさん、この子、私の日本の友達で、彼女、アオザイを作りたいんです。
Tâm　：そう、こんにちは。あなた、ウエンと同じ学校で勉強してるのね？
店内のどのアオザイでも試着していいのよ。まずはデザインを決めてね、そのあと、私、寸法とりますから。

Tâm　：どれか気に入ったのがあった？
Yui　：はい、あの白い生地に黄色い花の刺繍が入ったアオザイを試着してみたいんです。
Tâm　：この上下（のアオザイ）よね？
Yui　：わぁ、とってもかわいい！　試着させてくださいね。

Yui　：ウエン、どう思う？
Uyên：すっごくいい！　とっても似合うわよ！
Yui　：タムさん、私、このデザインにします。
Tâm　：はい、分かりました。寸法をとるので、奥の部屋に行ってね。

Tâm　：あなたのアオザイ、代金は200万ドンです。
これ、領収書です。2週間後にまた来てくださいね。その時はこの領収書を忘れずに持って来てね。
Yui　：はい。それでは2週間後に取りに来ます！
ウエン、ありがとうね！　嬉しいなー、もうすぐアオザイがくるー！

語彙リスト　Bảng từ vựng　- 08

会話

đặt		予約する、注文する　đặt vé máy bay：飛行機の切符を予約する　đặt bàn nhà hàng：レストランのテーブルを予約する　đặt hàng：商品を注文する（hàng：商品）
may		縫う　đặt may：仕立てる
sẽ đẹp		きれいであろう　⇒7課文法解説6
nhưng mà sao?		だけど、どうしたの？
giới thiệu	《介紹》	紹介する　giới thiệu cho＋[人]：[人]に紹介する
tiệm		店　tiệm may áo dài：アオザイ縫製店 tiệm phở：フォー店
tất nhiên rồi!		当然！、もちろん！　⇒13課文法解説2
luôn		直ちに、すぐに　⇒11課文法解説5
mà		関係詞（『初級』17課）
cả ～ lẫn … đều		～も…もどちらも　⇒文法解説6
người ta		人たち、人々（ここでは店の人） ⇒9課文法解説4
treo		つり下げる
bà		私、～さん　⇒文法解説1
cháu		私、～さん、孫、甥、姪　⇒文法解説1
bất cứ loại áo dài nào	《bất cứ不拠》	どのアオザイも　⇒文法解説2
loại	《類》	種類、タイプ
chọn		選ぶ
kiểu		型、様式、デザイン
số đo	《số数》	寸法　lấy số đo：寸法をとる（số：数　đo：測る）
bộ	《部》	（衣服の）一揃い、上下
thêu		刺繍する
nhỉ		～ね　⇒文法解説3
ôi		わー、えー（思いがけないことに出会った時や感激した時などに使う）

xinh		かわいい
tuyệt vời	《tuyệt 絶》	すばらしい、比べるものがない、すごい
hợp	《合》	合う、似合う　～ hợp với＋[人]：～は[人]に合う／似合う
được rồi		結構です、いいです
bên trong		内部、中　phòng bên trong：奥の部屋 bên ngoài：外部
để		ために　để＋動詞：～するために（『初級』18課）
của cháu		あなたのもの（ここではアオザイのこと）
triệu	《兆》	百万　một triệu đồng：百万ドン
biên lai	《編来》	領収書
sau		（期間＋sau）～後　2 tuần sau：2週間後
lại đến		また来る　⇒文法解説5
lúc đó		その時
nhớ		覚えている　nhớ＋動詞：忘れずに～する ⇒文法解説4
mang theo		持って来る、持って行く
thích quá!		嬉しい！
sắp ～ rồi		もうすぐ～になる　⇒5課文法解説6

文法解説

nghề nghiệp	《nghiệp 業》	職業
đáng		（đáng＋動詞）～するに値する
tôn trọng	《尊重》	尊重する、大切にする
vụ	《務》	類別詞（事故、事件などに付される）
tai nạn giao thông	《災難交通》	交通事故
có thể		（có thể＋動詞／文）～可能性がある、～かもしれない　⇒14課文法解説2
thời tiết	《時節》	天気
tiết học	《節学》	授業
theo ～ thì		～によると（『初級』14課）

dự báo thời tiết	《予報時節》	天気予報
cẩn thận	《謹慎》	慎重な　đi cẩn thận：気を付けて行く
từ	《辞》	語
rõ		はっきりとしている
dặn		諭す
đến đúng giờ		時間通りに来る
quê hương	《hương 郷》	故郷
xa nhà		家から遠く離れて
bài hát		歌
nhớ đến ～		～を思い出す
quay trở lại		（場所に）戻る
dối		嘘
sếp		上司（仏語 chef から）
đi làm		仕事に行く
bị đau bụng		腹痛がある
nấu		料理する
chín		（料理に）火が充分通っている
giảng	《講》	解説する
tự nhiên	《自然》	いきなり sao tự nhiên lại ～?：なんで突然～するのか
áo len		セーター（len は仏語 laine から）
đặt chân		足を踏み入れる
phong cảnh	《風景》	風景
con người		人々、人間
hẳn		完全な　khác hẳn với ～：～と完全に違う
～ thì（＋主語＋） mới …		～して初めて…する　⇒文法解説7
gặp gỡ		出会う
chào hỏi		挨拶する

giao lưu	《交流》	交流する giao lưu với người Việt Nam：ベトナム人と交流する
tấm		類別詞（写真：ảnh、ポスター：áp-phích、心：lòngなどに付される）
lòng		心、気持ち
chăm chỉ		熱心な　chăm chỉ học：熱心に勉強する
thi đỗ		試験に合格する
sự	《事》	名詞化する働きをもつ　sự giúp đỡ：援助 ⇒14課文法解説1
thầy cô		先生　thầy giáo：男の先生　cô giáo：女の先生
tại	《在》	(tại＋場所名詞）～で、～において

練習問題

bánh ngọt		ケーキ、お菓子　làm bánh ngọt：お菓子を作る
tài liệu	《材料》	資料
thể thao	《体操》	運動、スポーツ　chơi thể thao：運動する
tham dự	《参与》	出席する、参加する
sầu riêng		ドリアン
mít		ジャックフルーツ
đúng rồi		そのとおりだ、正解だ（『初級』22課） ⇒13課文法解説2
vốn là		もともと～だ
bất cứ thứ gì		どのような種類のもの
thứ		種類、もの
hầu như không ～		ほとんど～ない　⇒8課文法解説1
bạn thân	《伴親》	親友
nỗi lo		心配
cô độc	《孤独》	孤独になる
bản thân	《本身》	自身　bản thân mình：私自身、自分自身
thay đổi		変化する
vả lại		その上

bất an	《不安》	不安な
nhận	《認》	受け取る
sự cần thiết	《sự 事》	必要　⇒14課文法解説1
cuộc sống		人生、生活
đáp án		答え
thích hợp		適当な

文法解説　Giải thích ngữ pháp

1．人称（bà – cháu）について

bàは「祖母」、cháuは「孫」の意味です（姪、甥の意味もある。3課参照）。第2課では、ウエンは自身のことをmình（私）と呼び、相手の友達ユイのことをcậu（あなた）と呼んでいました。この課ではウエンは自身のことを**cháu**と呼び、相手のアオザイ店の女性タムさんを**bà**と呼んでいます。タムさんは70歳代後半でウエンからみると、自身の祖母の年齢に当たると判断し、**Bà** Tâm（文字通りの意味はタムおばあちゃん）と呼びかけ、自身のことを**cháu**（孫の私）と言っています。また、**bà**と呼ばれたタムさんは自身のことに**bà**を用い、ウエンに対しての「あなた」には**cháu**を使っています。このようにベトナム語では相手との関係・立場などによって人称代名詞が選ばれます。その選び方は、家族・親族関係の中に相手と自分を置いて当てはめ、相手の呼称、自身の呼称を選び出します。

Bà Tâm ơi, bạn này là bạn Nhật của cháu, bạn ấy muốn đặt may áo dài ạ.
タムさん、この子、私の日本の友達で、彼女、アオザイを作りたいんです。

2．bất cứ ～ nào：どの～（で）も

bất cứ ～ nàoで「どの～でも」の意味です。**bất cứ** người **nào**：どのような人でも、**bất cứ** việc **nào**：どのような仕事でも、のように使います。また、ほかの疑問詞を使って、**bất cứ** điều **gì**：どのようなことでも、**bất cứ ai**：誰であっても、**bất cứ khi nào / bất cứ lúc nào**：いつでも、と言うこともできます。幾つか例文を見てみましょう。

Cháu có thể mặc thử bất cứ loại áo dài nào trong tiệm này.
店内のどのアオザイでも試着していいのよ。

・Trong xã hội này, bất cứ nghề nghiệp nào cũng đáng được tôn trọng.
この社会においては、どのような職業も大切にされるに値します。
・Vụ tai nạn giao thông như thế này bất cứ lúc nào cũng có thể xảy ra.
このような交通事故はいつでも起きる可能性があります。
・Anh ấy có thể giải quyết bất cứ điều gì.
彼はどのようなことでも解決することができます。
・Bất cứ ai cũng không được vào.　誰であっても入れません。

3．心的態度を表す ～ nhỉ：～（よ）ね

nhỉは『初級』7課で以下の発話を紹介しました。「話し手の判断について相手に同意を求める」という**同意要求**の機能を持っています。

Quần áo của người dân tộc thiểu số đẹp nhỉ.
少数民族の人たちの衣装はきれいですね。

nhỉはもう一つの機能をもっています。本課の会話中に次の発話があります。

Bộ này nhỉ?　この上下（のアオザイ）よね？

ユイがcháu muốn mặc thử bộ áo dài trắng có thêu hoa vàng kia ạ.（あの白い生地に黄色い花の刺繍が入ったアオザイを試着してみたいんです）と伝えたことに対して、「このアオザイ**よね？**」とアオザイ店主のタムおばあちゃんが確認を入れた場面ですが、末尾にnhỉが添えられています。nhỉの二つ目の機能は相手に対しての「**確認要求**の機能」です。二つの機能について整理しておきましょう。

Ⅰ 話し手の判断について相手に同意を求める（**同意要求**の機能）
・Đông quá nhỉ.　すっごく混んでるねー。（2課会話）
・Phở này ngon nhỉ.　このフォー、おいしいね。
・Thời tiết hôm nay đẹp quá nhỉ.　今日はいい天気ですね。
・A：Hôm nay vui nhỉ.　今日は楽しいね。
B：Ừ, vui!　うん、楽しいね。

・A：Phim hôm nay không hay nhỉ.　今日の映画、おもしろくなかったね。
B：Ừ, nhưng mà cũng xem được.　うん、でも、まあまあ見られるかな。

Ⅱ話し手と聞き手双方が共有している情報や事柄について確認する（**確認要求**の機能）

・A：Hôm nay không có tiết học nhỉ?　今日は授業ないよね。
B：Ừ, không có.　うん、ないよ。

・A：Anh về Osaka vào cuối tuần này nhỉ?　あなた、今週末に大阪に帰るよね。
B：Ừ, cuối tuần này anh về.　うん、今週末帰るよ。

・A：Theo dự báo thời tiết thì ngày mai trời sẽ mưa nhỉ?
天気予報によると明日は雨よね。
B：Không phải, trời mưa thì từ ngày kia.　ううん、雨は明後日から。

日本語の「ね」は、「同意要求」のほかに「同意受諾」の機能も有していますので、返答にも「～**ね**」が添えられますが、ベトナム語では返答全体の内容で同意要求に応えたことを伝えています。相手の言ったことを繰り返して返す場合には**返答にnhỉは必要ありません。ただし、「đúng vậy：そうですね、そのとおりですね**」の場合にはnhỉが付されることもあります。

・A：Thời tiết hôm nay đẹp quá nhỉ.　今日はいい天気ですね。
B：Ừ, trời đẹp quá!　ええ、いい天気になりましたね。

・A：Hôm nay trời đẹp nhỉ.　今日はいい天気ですね。
B：Ừ, đúng vậy nhỉ.　ええ、そうですね。

nhỉと似ている文末詞に**nhé**があります（『初級』4課、11課）。**nhé**も「同意要求」の機能をもっていますが、こちらは「①**話し手の誘いや提案、注意喚起、諭しなどに対する同意要求**」でした。「②**親近感を表す**nhé」とともに確認しておきましょう。

・Nếu được, cùng đi ăn trưa nhé!
もし良ければ、一緒にランチに行きましょうね。（①）（1課会話）

・Chúng ta vào khách sạn và uống cà-phê nhé.
ホテルに入ってコーヒーを飲みましょうね。（①）

・A：Em giúp anh nhé.　お手伝いしますね。（①）
B：Cám ơn em nhé.　ありがとね。（②）

・A：Anh đi cẩn thận nhé.　あなた、気を付けてね。(①)
　B：Cám ơn em nhé.　ありがとうね。(②)
・A：Xin lỗi chị nhé.　ごめんなさいね。(②)
　B：Không sao đâu.　ぜんぜん大丈夫。
・A：Tôi đi nhé.　私、行くね。(②)
　B：Vâng, chào nhé.　ええ、さよなら。(②)
・Mình cũng gọi cậu là 'Uyên' nhé.　私も「ウエン」って呼ぶね。(②)（1課会話）

４．nhớ＋動詞：忘れずに～する

nhớは『初級』13課で、動詞「覚える、覚えている」を紹介しました。

・Việc **nhớ** 50 từ mới trong một ngày rất khó.
　1日に50の新しいことばを覚えるのは難しい。
・Tôi vẫn còn **nhớ** điều đó.　私はそのことをまだ覚えています。
・Tôi **nhớ** rõ những lời mẹ dặn.　私は母の諭す言葉をはっきりと覚えています。

この課では「nhớ＋動詞」の形式、「忘れずに～する、きっと必ず～する、～するのを忘れない」を学びましょう。直前の3課には以下の発話がありました。

Nhớ báo cho bố mẹ là tìm được phòng rồi nhé.
部屋が見つかったって、ご両親にお知らせしてね。

この「nhớ＋動詞＋nhé」の形式には、話者の相手への思い遣り（忘れずに～してね）が込められています。この課にはアオザイ店主の次の発話もあり、優しくユイを思い遣っています。

Lúc đó nhớ mang theo 'biên lai' này nhé.
その時はこの領収書を忘れずに持って来てね。

・Nhớ mang theo ô nhé.　忘れずに傘を持って行ってね。
・Nhớ đến đúng giờ nhé.　必ず時間通りに来てね。
・A：Bố ơi, ngày mai cho con đi chơi nhé!　パパ、明日遊びに行ってもいいよね。
　B：Được thôi, nhưng nhớ về sớm nhé!　いいけど、必ず早く帰って来るんだよ。

なお、nhớには、①覚える（記憶に留める)、覚えている（記憶に残っている）：nhớ＋名詞、②（覚えていて）忘れずに～する：nhớ＋動詞、のほかに、**③懐かしく想う、恋しく想う：nhớ＋名詞**、の意味もあり、nhớ nhà（家を恋しく想う・ホームシックになる）、nhớ quê hương（故郷を懐かしく想う）のような例があります。また、**④～を思い出す：nhớ đến ～** の使い方もあります。

・Em ấy lần đầu tiên xa nhà đến Việt Nam nên rất nhớ nhà.
　彼女は初めて家を離れてベトナムに来たので、ひどいホームシックになっています。
・Hôm qua tôi nghe bài hát này và nhớ đến Việt Nam.
　昨日この歌を聴いてベトナムを思い出しました。

5. lại＋動詞：（時間を置いて）再び同様のことをする

「lại＋動詞」の形で「また～する、（時間を置いて）再び同様のことをする」の意味を表します。

・Khi quay trở lại Tokyo, em sẽ lại viết thư cho thầy ạ.
　東京に戻りましたら、また先生にメールを書きます。
・Tuần sau, anh lại đến đây.　来週、またここに来てね。
・Hôm qua tôi đi xem phim. Hôm nay tôi lại đi xem phim.
　昨日映画を見に行きました。今日、また見に行きます。（同じ映画を見るとは限らない）
・Anh ta lại nói dối.　彼は、また嘘をついた。
・Mời anh lại sang chơi.　また遊びに来てください。
・Sếp：A, cậu lại đi làm muộn.　あ、また遅刻してる。
　Nhân viên：Xin lỗi sếp. Sáng nay tôi bị đau bụng.
　すみません、部長。今朝は腹痛があって。

『初級』15課では「**動詞＋lại**」の形式で、「（一度したことを）もう一度～する、～し直す」を学びました。

・Tôi nói lại một lần nữa.　もう一度言いますね。
・Hôm qua tôi đi xem phim. Hôm nay tôi xem lại phim đó.
　昨日映画を見に行きました。今日、もう一度その映画を見ます。
・Hẹn gặp lại nhé.　またお会いしましょうね。
・Tôi phải viết lại bài báo cáo.　私はレポートを書き直さなければなりません。
・Bà ấy đã nấu lại món ăn chưa chín.　彼女は火が通っていない料理を作り直した。
・Xin cô giảng lại một lần nữa.　先生、もう一度解説してください。

また、『初級』14課で(tại) sao ～ lạiの形式で「どうしてなのか説明をください」を紹介しましたが、lạiには話し手の「**不思議だ、驚きだなどの意外性、相手への軽い反発、異なっていることを強調する**」等の心的態度を表す使い方もあります。例を見ておきましょう。

・Hôm nay tôi nghỉ làm vì bị ốm nhưng lại bị sếp gọi “đến công ty”.
　今日私は病気で仕事を休んだが、上司に「会社に来い」と（電話で）呼ばれた。
・Sao cậu tự nhiên lại hỏi vậy?　なんで突然そんなこと聞くの？

Bài 4

6．cả A lẫn B đều ～：AもBもどちらも～

まず、「AもBも」はベトナム語でcả A lẫn Bです。この形式の中ではcảもlẫnも日本語の「～も」に当たると考えて良いでしょう。

・Tôi thích cả chó lẫn mèo.　私は犬も猫も好きです。
・Em Hoa nói được cả tiếng Nhật lẫn tiếng Anh.
　ホアさんは日本語も英語も話します。

「AもBも**どちらも**～」に当たるベトナム語の形式はcả A lẫn B đều ～ です。đềuは「等しい」という意味の形容詞ですので、この形式では「等しく、一様に」という意味です。例を見ておきましょう。

・Cả tôi lẫn chồng tôi đều thích đi du lịch.　私も夫もどちらも旅行が好きです。
・Đối với tôi, cả gia đình lẫn công việc đều quan trọng.
　私にとっては家族も仕事もどちらも大切です。
・Cả tôi lẫn anh đều là người bình thường.　私もあなたもどちらも普通の人です。
・A：Cậu thấy cái nào đẹp?　どっちが綺麗だと思う？
　B：Mình thấy cả cái áo len màu xanh lẫn cái áo len màu hồng đều không đẹp.　青いセーターもピンクのセーターもどちらもきれいじゃないと思うわ。

読解練習の中に次の文があります。

Từ lúc đặt chân đến Việt Nam, tôi thấy cả phong cảnh xung quanh lẫn con người đều khác hẳn với Nhật Bản, ...
ベトナムに足を踏み入れた時から、周囲の風景も人々もどちらも日本とは全く違うと思いました。

7. ＊ ～ thì mới …：～して初めて…する

これも読解練習に登場する形式です。mới は『初級』3課で形容詞「新しい」を、16課で「～したばかりだ（mới＋動詞）」を学びました。ここでは「～して初めて…する：～ thì（＋主語＋）mới＋動詞」を紹介します。

Tôi nên đi ra ngoài, gặp gỡ nhiều người, vui vẻ chào hỏi và giao lưu với mọi người thì mới sống vui được.　私は外に出て、多くの人と出会って、笑顔で挨拶して、皆さんと交流するべきで、そうして初めて楽しく生活することができます。

・Người ta nói là có con rồi thì mới hiểu tấm lòng cha mẹ.
　子どもをもって初めて親の気持ちが分かると言われる。

・Chăm chỉ học thì em mới thi đỗ được.
　熱心に勉強して初めてあなたは試験に合格することができる。

・Nhờ sự giúp đỡ của thầy cô thì tôi mới có thể du học tại Việt Nam.
　先生方のサポートがあって初めて私はベトナムに留学することができました。

練習問題　Bài luyện tập

問題Ⅰ　次の（　　）に最も適当な動詞を［　　］から選んで書きなさい。

1. Anh đã (　　　) vé máy bay chưa?（もう予約したか）
2. Xin mời chị (　　　) bánh ngọt chị thích.（好きなケーキを選んで）
3. Mẹ ơi, cái áo len này có (　　　) với con không?（似合うか）
4. Ngày mai tôi sẽ (　　　) tài liệu này đến công ty.（資料を持って行く）
5. (　　　) uống nhiều nước sau khi chơi thể thao nhé.
（運動のあとは忘れずに水をたくさん飲んでね）

ア mang theo　イ nhớ　ウ đặt　エ hợp　オ chọn

問題Ⅱ　次の（　　）に適当な語を［　　］から選んで書きなさい。

1. Bất cứ sinh viên (　　　) cũng có thể tham dự.（どの学生でも出席できる）
2. Em sẽ (　　　) gửi email cho thầy sau ạ.
（後ほど、私の方から先生にまたメール致します）
3. Tôi ghét cả quả sầu riêng (　　　) quả mít.
（ドリアンもジャックフルーツも嫌いです）
4. Ngủ đủ thì (　　　) làm việc được.（充分に眠って初めて仕事ができる）

ア lẫn　イ lại　ウ mới　エ nào

問題Ⅲ　日本語と同様の意味になるようベトナム語を並べかえなさい。

1. mang theo / **chiều nay** / ô / nhớ / trời mưa / nên / nhé
   （午後は雨が降るから忘れずに傘を持って行ってね）
   → **Chiều nay** ________________.

2. thích / **cả** / tôi / đều / em trai tôi / lẫn / uống rượu　（私も弟もどちらもお酒が好きだ）
   → **Cả** ________________.

3. bất cứ / tiệm này / mặc thử / loại áo dài nào / **cháu** / trong / có thể
   （店内のどのアオザイでも試着していいのよ）
   → **Cháu** ________________.

4. nhân viên / **chị Sato** / nhỉ / đại sứ quán / là　（佐藤さんは大使館員だよね？）
   → A：**Chị Sato** ________________?
   B：Ừ, đúng rồi.（うん、そのとおり）

問題Ⅳ　次の文章を読んで質問に答えなさい。

Tôi vốn là người thích ở một mình. Tôi thích 'đọc sách', 'nghe nhạc' ở trong phòng một mình hơn bất cứ thứ gì. Cho nên tôi hầu như không có bạn thân. Một trong những nỗi lo của bố mẹ tôi là tôi sẽ bị cô độc trong khi ở Việt Nam. Nhưng mà, khi đi du học ở Việt Nam, tôi cảm thấy bản thân mình đã dần dần thay đổi. Từ lúc đặt chân đến Việt Nam, tôi thấy cả phong cảnh xung quanh lẫn con người đều khác hẳn với Nhật Bản, vả lại không hiểu rõ tiếng Việt nên rất bất an. Những lúc như thế, tôi đã nhận được nhiều sự giúp đỡ từ nhiều người Việt Nam. Tôi hiểu ra rằng chỉ một mình thì không làm gì được cả. Tôi nên đi ra ngoài, gặp gỡ nhiều người, vui vẻ chào hỏi và giao lưu với mọi người thì mới sống vui được. Tôi cũng hiểu được sự cần thiết của việc học cách kết bạn.

Câu hỏi 1：“Tôi” vốn là người như thế nào?

____

Câu hỏi 2：Tại sao “tôi” hầu như không có bạn thân?

____

Câu hỏi 3：Một trong những nỗi lo của bố mẹ “tôi” là gì?

____

Câu hỏi 4：Lúc “tôi” không hiểu rõ tiếng Việt nên rất bất an thì “tôi” đã nhận được gì từ người Việt Nam?

____

Câu hỏi 5：“Tôi” học được gì từ cuộc sống du học Việt Nam? Hãy chọn một đáp án thích hợp nhất.

① Sự cần thiết của việc học tiếng Việt nhiều hơn.
② Sự cần thiết của việc đọc sách và nghe nhạc.
③ Sự cần thiết của việc học cách kết bạn.

《和訳》

私はもともと一人でいるのが好きな人間でした。部屋で読書したり、音楽を聴いたりするのが何よりも好きでした。ですから、親しい友達もほとんどいませんでした。両親の心配の一つは、私がベトナムにいる間、孤独に陥るということでした。しかし、ベトナムに留学してから、自分自身がだんだん変わってきたように感じます。ベトナムに足を踏み入れた時から、周囲の風景も人々もどちらも日本とは全く違うと思いました。それに加えてベトナム語もはっきりとは理解できず、不安でいっぱいでした。しかしそんな時、多くのベトナムの人々からたくさんのサポートをもらいました。自分一人では何もできないことが分かりました。私は外に出て、多くの人と出会って、笑顔で挨拶して、皆さんと交流するべきで、そうして初めて楽しく生活することができます。私は友達になる方法を学ぶことの必要性も理解することができました。

Bài 5

基本文型・基本文法　Mẫu câu và Ngữ pháp cơ bản

1．**ngoài A ra, còn ～：Aのほかに、～も**

Ngoài Nhà hát lớn ra, ...

オペラハウスのほかに、……

2．**～ cũng thế：～もそうだ**

Khách sạn mà chúng mình vừa vào lúc nãy cũng thế.

さっき私たちが入ったホテルもそうよ。

3．**～ nào：さあ（～して！）**

Cùng đi nào!

さあ一緒に行きましょう！

4．**quả là một ～!：なんて～でしょう！**

Quả là một câu chuyện thú vị!

なんておもしろい話でしょう！

5．**cả ～ nữa：さらに～も**

Có viết cả bằng tiếng Anh nữa, *Nineteen Eleven*.

英語でも書いてある、Nineteen Eleven。

6．**sắp ～ rồi：もう少しで～になる**

Sắp đến giờ vào hội trường rồi!

そろそろ会場に入る時間だね！

7．**～ do …：…による～**

Buổi biểu diễn hôm nay do ‘Dàn Nhạc Giao Hưởng Việt Nam’ trình diễn, ...

今日の公演は「ベトナム国立交響楽団」による演奏だけど、……

8．**～ cơ à!：～なんて（すごい／すてきね）！**

Cậu biết cả những chuyện như thế nữa cơ à!

そんなことも知ってるなんて！

Hội thoại Nhà hát lớn - 09

〈ở Nhà hát lớn〉

Uyên : Đây là 'Nhà hát lớn' đấy.

Yui : Tòa nhà hoành tráng quá! Pháp đã xây dựng tòa nhà này mô phỏng theo 'Nhà hát Opera Paris', phải không?

Uyên : Đúng rồi. Pháp đã xây dựng 'Nhà hát lớn' để chỉ rõ 'quyền uy của chính quyền thực dân Pháp'. Ở trong thành phố Hà Nội, **ngoài** Nhà hát lớn **ra**, vẫn còn lại nhiều tòa nhà được xây dựng trong thời kỳ Pháp thuộc. Khách sạn mà chúng mình vừa vào lúc nãy **cũng thế**. Còn một tiếng nữa buổi biểu diễn mới bắt đầu, chúng mình làm gì bây giờ nhỉ?

Yui : Chúng ta vào quán cà-phê bên cạnh Nhà hát lớn nhé!

Uyên : Yui, cậu nhìn tên của nhà hàng bên trong Nhà hát lớn **kìa**. Có viết "1911", phải không?

Yui : Ừ đúng rồi. Có viết **cả** bằng tiếng Anh **nữa**, *Nineteen Eleven*.

Uyên : Tòa nhà này được xây dựng xong vào năm 1911 nên được đặt tên như vậy.

Yui : Ồ, **quả là một** câu chuyện thú vị!

Uyên : Buổi biểu diễn hôm nay **do** 'Dàn Nhạc Giao Hưởng Việt Nam' trình diễn, người chỉ huy dàn nhạc này là người Nhật Bản đấy!

Yui : Ừ, mình biết rồi. Lúc 'Dàn Nhạc Giao Hưởng Việt Nam' đến Nhật để biểu diễn vào năm 2013, mình đang là học sinh cấp 2, mình đã đi nghe buổi biểu diễn ở Yokohama đấy. Tên người chỉ huy chắc là 'Honna'. Mình nghe nói Dàn Nhạc đó được thành lập vào năm 1959.

Uyên : Cậu biết **cả** những chuyện như thế **nữa cơ à**!

Yui : Mình quen một chị khóa trên đang nghiên cứu về 'Quá trình tiếp nhận âm nhạc phương Tây ở Việt Nam', mình đã nghe từ chị ấy.

Uyên : Yui có chơi nhạc cụ nào không?

Yui : Mình bắt đầu chơi piano từ lúc 3 tuổi đến cuối năm cấp 2.

Uyên : Ồ, giỏi quá, cậu đánh được đàn piano **cơ à**!

Yui : Còn Uyên?

Uyên : Mình thì có chơi đàn bầu. Bà mình dạy cho mình.

Yui : Ồ, hay quá! Đó là nhạc cụ dân tộc của Việt Nam nhỉ. Bao giờ cho mình nghe nhé!

Uyên : Ừ được. Lúc nào đó chúng mình cùng diễn nhé!

Yui : OK! **Sắp** đến giờ vào hội trường **rồi**! Cùng đi **nào**!

会話　オペラハウス

〈オペラハウスで〉

Uyên：これが「オペラハウス」よ。

Yui　：立派な建物ねー。「パリのオペラ座」を模してフランスが造ったんでしょう？

Uyên：そのとおり。フランスは「フランス植民地政権の権威」を明確に示すために造ったの。ハノイ市内にはオペラハウスのほかに、フランス植民地時代に建設された建物がまだたくさん残ってるの。さっき私たちが入ったホテルもそうよ。公演が始まるまでまだ1時間あるけど、私たち今何をする？

Yui　：オペラハウスの横にあるカフェに入りましょう！

Bài 5

Uyên：ユイ、あっちのオペラハウスの中にあるレストランの名前を見て。「1911」って書いてあるでしょう？

Yui　：うん、確かに。英語でも書いてある、Nineteen Eleven。

Uyên：この建物は1911年に建設し終えたので、そのように名付けられたの。

Yui　：うわー、なんておもしろい話でしょう！

Uyên：今日の公演は「ベトナム国立交響楽団」による演奏だけど、この楽団の常任指揮者は日本人だよ。

Yui　：うん、知ってる。2013年に「ベトナム国立交響楽団」が日本公演に来た時、私中学生だったけど、横浜での演奏会を聴きに行ったのよ。指揮者は確か本名さん。国立交響楽団は1959年に設立されたって聞いたよ。

Uyên：そんなことも知ってるなんて！

Yui　：「ベトナムにおける西洋音楽の受容過程」について研究してる女性の先輩と知り合いで、彼女から聞いたの。

Uyên：ユイは楽器、何か弾くの？

Yui　：ピアノを3歳から始めて、中学生の終わりまでやってたよ。

Uyên：わー、いいね、ピアノが弾けるなんて！

Yui　：ウエンは？

Uyên：私の方はダンバウをちょっと弾くの。
おばあちゃんが教えてくれるの。

Yui　：わー、すごい！　ベトナムの民族楽器ね。
いつか聴かせてね！

Uyên：うん、いいよ。いつかコラボしようね！

Yui　：OK！　そろそろ会場に入る時間だね！
さあ一緒に行きましょう！

語彙リスト　Bảng từ vựng　-10

会話

hoành tráng	《宏壮》	大規模な、立派な、壮大な（建物、美術品、イベントなど）
xây dựng		建設する
mô phỏng	《模倣》	摸する、模倣する
theo		従う、（仏教などを）信仰する
Nhà hát Opera Paris		パリのオペラ座
đúng rồi		そのとおりだ、正解だ　⇒13課文法解説2
quyền uy	《権威》	権威
chính quyền thực dân Pháp	《政権植民仏》	フランス植民地政権
ngoài ～ ra, còn lại …		～のほかに、…も残る　⇒文法解説1
vẫn		依然として、変わらず
thời kỳ Pháp thuộc	《時期仏属》	フランス植民地時代
～ cũng thế		～もそうだ　⇒文法解説2
buổi		一定の時間の幅
biểu diễn	《表演》	演奏する　buổi biểu diễn：演奏会、公演
bên cạnh		隣、横
kìa		あそこ、あちら　⇒文法解説3
có viết		書いてある　⇒6課文法解説1
cả bằng tiếng Anh nữa		英語でも　⇒文法解説5
đặt tên		名前を付ける　đặt tên cho＋[人]＋là＋～：[人]に～という名前を付ける
quả là một ～		なんて～でしょう！　⇒文法解説4
câu chuyện		話
thú vị	《趣味》	興味深い、おもしろい
do		～による（動作者を指す）　⇒文法解説7
dàn nhạc	《nhạc楽》	楽団

dàn nhạc giao hưởng	《giao hưởng 交響》	交響楽団
trình diễn	《呈演》	演奏する
người chỉ huy	《chỉ huy 指揮》	指揮者
cấp 2	《cấp 級》	中学校　học sinh cấp 2：中学生
thành lập	《成立》	設立する
chuyện		話、こと、事件　⇒14課文法解説1
cơ à		～なんて（すごい）！　⇒文法解説8
chị khóa trên	《khóa 課》	学校の女性の先輩 anh khóa trên：学校の男性の先輩
quá trình	《過程》	過程
tiếp nhận	《接認》	受容する
âm nhạc	《音楽》	音楽
phương Tây	《方西》	西洋
nhạc cụ	《楽器》	楽器
cuối năm		最後の年
giỏi		（勉強などが）よくできる、有能な
～ thì		（一方）～の方は
đàn bầu	《đàn 弾》	ダンバウ（一弦琴、bầu：瓢箪）
lúc nào đó		いつか将来
diễn	《演》	演じる、楽器を奏でる
sắp ～ rồi		もうすぐ～になる（未来完了） ⇒文法解説6
đến giờ		（～の）時間が来る
hội trường	《会場》	会場
nào		さあ（～して！）　⇒文法解説3

文法解説

kỳ	《期》	期間、時期
nhập học	《入学》	入学する
mùa		季節、時期
biệt thự	《別墅》	別荘

giờ hành chính	《hành chính 行政》	執務時間
dư luận	《世論》	世論
xã hội học	《社会学》	社会学
thương mại	《商売》	商業、貿易
hân hạnh	《欣幸》	嬉しい、幸せな
ý định	《意定》	（～する）つもり
nền		類別詞（経済、文化などに付される）
sai		間違っている
cô gái		若い女性
xinh đẹp		美しい
xui xẻo		ついてない、運の悪い
cơn		類別詞（雨、風、嵐などに付される）
tới ～		～に来る、到達する
cất ～ vào …		～を…にしまう　cất quần áo vào (trong nhà)：（家の中に）洗濯物を取り込む
thu	《収》	回収する
bài		解答用紙、原稿
cả lớp		（学校の）クラス全体
kiểm tra	《検査》	検査する、チェックする
họ tên		氏名
họa sĩ	《画士》	画家
phát biểu	《発表》	発表
bể bơi		スイミングプール
thích thế!		いいなー！
sinh nhật	《生日》	誕生日

練習問題

chất lượng	《質量》	質、品質
sản phẩm	《産品》	製品

文法解説　Giải thích ngữ pháp

1. ngoài A ra, còn ～：Aのほかに、～も

初めに基本の形式 ngoài A ra, còn ～ を確認しましょう。ngoài A raの形で「Aのほかに」の意味です（Aは名詞）。cònは接続詞「一方」、副詞「まだ（còn trẻ：まだ若い）」、動詞「まだある／いる」の意味で紹介しました（『初級』3、12、17課）。接続詞cònは対比・対照の機能を有しており、前後で対になっていることを予告する働きがあり、「一方では、他方では」の意味で用いられます。日本語では訳出されないこともありますが、例を見ておきましょう。

・Trường đại học này ngoài kỳ nhập học mùa xuân ra, còn có kỳ nhập học mùa thu.　この大学は、春季入学のほかに、秋季入学もあります。

・Anh ta ngoài biệt thự ở Hà Nội ra, còn có thêm một biệt thự ở thành phố Hồ Chí Minh.　彼は、ハノイにある別荘のほかに、ホーチミン市の別荘も持っています。

ngoài＋名詞＋raの後件には、「còn：他方……も」のほかに、種々の表現が可能です。この課の会話には下の発話があります。vẫnは副詞「依然として」（『初級』18課）、ここでのcònは動詞で **còn lại**（残っている）の意味です。

Ở trong thành phố Hà Nội, ngoài Nhà hát lớn ra, vẫn còn lại nhiều tòa nhà được xây dựng trong thời kỳ Pháp thuộc.
ハノイ市内にはオペラハウスのほかに、フランス植民地時代に建設された建物がまだたくさん残ってるの。

なお、ngoàiは名詞で「外、外側」の意味です。**ngoài** lớp học（教室の外）、**ngoài** giờ hành chính（執務時間外）、dư luận trong và **ngoài** nước（国内外の世論）などの使い方があります。raは『初級』6課でđi **ra** sân bay（空港に行く）、đi **ra** ga（駅に行く）などの句で「外側へ」の方向を表す意味で学びました。また、15課では「出る」という意味の動詞としても学びました（**ra** khỏi ～：～から出る）。

また、ngoài ra（ほかに）という語もあります。

・Tôi học xã hội học, ngoài ra tôi còn học thương mại.
私は社会学を学んでいますが、ほかに商学も（他方で）学んでいます。

2．～ cũng thế：～もそうだ

会話の中に次の発話があります。

Khách sạn mà chúng mình vừa vào lúc nãy cũng thế.
さっき私たちが入ったホテルもそうよ。

cũngは「～も」、thếは「そのよう」の意味です。～ cũng thếは会話の中によく登場し、多くの場面で使用できる、汎用性の高い形式です。『初級』20課でもNgười Nhật **cũng thế**.（日本人もそうです）で紹介しました。例を見ておきましょう（この ～ cũng thếは ～ cũng vậyに置き換えることができます）。

・A：Tôi rất thích chó.　私、犬が大好き。
　B：Tôi cũng thế.　私もそう。
・A：Em ăn phở bò.　私、フォーボーにする。
　B：Anh cũng thế.　僕もそうする。
・A：Rất hân hạnh được gặp ông.　お目にかかれてたいへん嬉しいです。
　B：Tôi cũng thế.　私もです。
・A：Tôi phải nộp báo cáo vào ngày mai.
　　私、明日レポート提出しなくちゃいけないの。
　B：Tôi cũng vậy.　私もそう。
・A：Tôi không có ý định kết hôn.　私、結婚するつもりはないの。
　B：Tôi cũng vậy.　私もそう。
・A：Hôm qua chồng tôi không về nhà.　昨日、夫は帰って来なかったの。
　B：Ồ, chồng tôi cũng vậy.　えー、うちの夫もそう。

本テキスト1課の会話には次の遣り取りがありました。

Yui　：Rất vui được gặp bạn.（文字通りの意味は「会えて嬉しいです」）
Uyên：Mình cũng thế.（「私も嬉しいです」）

3．nào：さあ（～して！）

nàoは疑問詞で「どちら、どれ」の意味でした。

・Mèo và chó, chị thích con **nào** hơn?　猫と犬と、どちらが好き？
・Trong ba cái bánh này, chị chọn cái **nào**?　この三つのケーキの中でどれを選ぶ？

また、nàoは相手の判断を尋ねる疑問詞thế nào?（どう？）でも使われました（『初級』3課）。

・Anh thấy **thế nào** về nền kinh tế Việt Nam gần đây?
最近のベトナム経済についてどう思いますか。
・Yui, cậu thấy **thế nào**?　ユイ、（ブンチャーは）どう？（2課会話）

この課で紹介するnàoは、**文末**（あるいは**文頭**）に置かれて、話し手が相手に何らかの**行動を促す**際に用いられます（**行動促しのnào**）。nàoには「その場を優しくまとめよう、その場を仕切ろう」とする、話し手の意識が含まれており、**「自分を含めての私たち（chúng ta）、〜しましょう」という表現が典型的な使い方です**。また、目上の者から目下の者に、あるいは友達同士間で「さあ、〜して」という行動促しの用法もあります。

・Chúng ta bắt đầu nào!　さあ、始めましょう！（先生が生徒たちに）
・Trước hết chúng ta cạn chén nào!　まず、乾杯しましょう！
・Cười lên nào!　さあ、笑って！（写真を撮る際シャッターの押し手が）
・Đi ngủ nào!　さあ、もう寝て！（母親が子どもに）
・Đừng khóc nữa nào!　さあ、もう泣かないで！（母親が子どもに）
・Nào, hai em vào nhà ngồi chơi.　さあ、二人とも入って！（先生が生徒に）

本課会話の最後に次の発話があります。

Sắp đến giờ vào hội trường rồi! Cùng đi nào!
そろそろ会場に入る時間だね！　さあ一緒に行きましょう！

ユイはウエンに「（私たち）**一緒に**会場に行きましょう」と促そうとしていますので、文末にnàoを置いて話し手の心的態度（行動促し）を表明しています。

さて、会話中に次の発話があります。

Yui, cậu nhìn tên của nhà hàng bên trong Nhà hát lớn kìa. Có viết “1911”, phải không?
ユイ、あっちのオペラハウスの中にあるレストランの名前を見て。「1911」って書いてあるでしょう？

kìa は話し手が聞き手の注意を引き、相手に視覚的な気付きの行動を促す際の「あれ、あそこ、あちら」の意味です。

・Anh ấy đến kìa!　ほら、あそこ、彼が来た！
・Nhìn kia kìa!　ほら、あそこ、あそこ見て！

行動促しの nào の方は、「あそこ、あちら」といった場所情報はなく、単に話し手の心的態度（**行動を相手に促す、その場を仕切ろうとする**）を表しています。○ Chúng ta lên đường nào!（さあ、出発しましょう！）と言いますが、しかし、この場合、相手に視覚的な気づきを促していないので、× Chúng ta lên đường kìa! とは言いません。もちろん、× Đi ngủ kìa! とも言いません。

4．quả là một ～!：なんて～でしょう！

ベトナム語の感嘆文の形式を紹介しましょう。

「**quả là một ＋対象＋形容詞！**」の文型を使用します。quả は「ボール状のものに付される類別詞」として学びました（quả trứng vịt：アヒルの卵、một quả bóng：一つのボール、『初級』23 課）。また、「hoa quả：果物」という語もあり、「quả cam：オレンジ」、「quả chuối：バナナ」などでも使われます。さらに quả には「実に、真に」という意味で副詞としての働きもあり、nói không sai というと「間違っていないことを言う」ですが、nói quả không sai と quả を付して「実に間違っていないことを話す」という意味になります。感嘆文で用いられる quả はこの副詞的な使用法です。**quả là** ～ で、「実に～だ、なんて～なんだ」の意味です。

会話には、ユイの Ồ, quả là một câu chuyện thú vị!（うわー、**なんて**おもしろい話でしょう！）が登場しています。ほかの例を見ておきましょう。

・Quả là một cô gái xinh đẹp!　なんてきれいな女性でしょう！
・Quả là một cuộc gặp gỡ tuyệt vời!　なんてすばらしい出会いでしょう！
・Quả là một ngày xui xẻo!　なんてついてない日なの！

quả là の代わりに đúng là（正に～だ）を用いても同様の意味を表すことができます。下の例の場合、文字通りの意味は「正しく美しい景色だ」です。

・Quả là / Đúng là một phong cảnh đẹp!　なんてきれいな景色でしょう！

5. cả ～ nữa：さらに～も

付加の意識が働いた場合の表現を紹介しましょう。

「ベトナム語で書いてあります。英語でも書いてあります」「昨日、田中君に会いました。鈴木君にも会いました」「京都へ行きました。奈良へも行きました」などの「～も」に当たる表現です。cả ～ nữaが用いられます。**cả**は「～も」、**nữa**は「さらに」の意味です。

Có viết cả bằng tiếng Anh nữa.　英語でも書いてある。
Cậu biết cả những chuyện như thế nữa cơ à!
（あなたは）そんなこと（を）も知ってるなんて！

・Hôm qua tôi đã gặp anh Tanaka. Tôi gặp cả anh Suzuki nữa.
昨日田中さんに会いました。さらに鈴木さんにも会いました。
・Bạn đi đến cả những nơi như thế nữa à!　そんなところまでも行ったの！

『初級』23課でcả ～ cũng（～も）を学びました。**cả ～ cũng**は**同様の事柄が成立すること**を示します。**cả ～ nữa**の方は**付加意識（さらに～も）**を示します。日本語の「～も」は「同様」「付加」の両者を表しますが、ベトナム語は両者を区別します。

・Tôi đang du học tại Việt Nam, cả em gái tôi cũng đang du học tại Việt Nam.
私はベトナムに留学中です、妹も（同様に）ベトナムに留学中です。
・Hôm qua trời mưa to, cả hôm nay trời cũng mưa to.
昨日は大雨でした、今日も（同様に）大雨が降ってます。
・Tuần trước tôi đi Kyoto và đi cả Nara nữa.
先週私は京都に行きました、そして（さらに）奈良へも行きました。

6. sắp ～ rồi：もう少しで～になる

会話の最後の部分に次の発話があります。

Sắp đến giờ vào hội trường rồi!　そろそろ会場に入る時間だね！

sắpは「**sắp＋動詞**」の形で、近接未来（ある動作がもうすぐ発生する）の使い方を『初級』16課で紹介しました（Tôi **sắp** đi Việt Nam.：私は近くベトナムに行きます）。この課では新たに、**近接の未来完了**（発話時からみて、未来のある時点で動作や作用が完了する）を表す文法形式sắp ～ rồi（もう少しで／

もうすぐ〜になる）を紹介します。「sắp＋動詞」の方は「近く〜する」という事実を単に伝えているのに対し、「sắp 〜 rồi」の形式は「近く〜することになった、故に／しかし〜」という話し手の考えや主張が続くことが多くあります。例を見ましょう。

・Anh Bình sắp tốt nghiệp đại học rồi.　ビンさんはもうすぐ大学を卒業します。
・Cơn mưa to sắp tới rồi, con cất quần áo vào đi.
大雨になりそうだから、洗濯物を取り込んでね。（親が子に）
・Sắp đến giờ thu bài rồi, cả lớp kiểm tra lại họ tên nhé.
もうすぐ答案用紙を集める時間になります、皆さん、もう一度氏名を確認するようにね。
・Bà tôi sắp 100 tuổi rồi, nhưng răng vẫn còn chắc lắm.
祖母はもうすぐ100歳になりますが、歯はまだとてもしっかりしています。

7．〜 do …：…による〜

会話の中に次の発話があります。

Buổi biểu diễn hôm nay do ‘Dàn Nhạc Giao Hưởng Việt Nam’ trình diễn, ...
今日の公演は「ベトナム国立交響楽団」による演奏だけど、……

do 〜は「（誰々の創作）による」の意味の動詞で、「**こと／物＋do＋創造主＋創造動詞**（描く、書く、作るなど）」の文型で用いられます。

・Bức tranh này do họa sĩ Tanaka vẽ.　この絵は田中画伯の筆によるものです。
・Bài phát biểu nghiên cứu này do giáo sư Tanaka viết.
この研究発表は田中教授の執筆によるものだ。

8．〜 cơ à!：〜なんて（すごい／すてきね）！

会話の中にウエンの次の二つの発話があります。

Cậu biết cả những chuyện như thế nữa cơ à!
そんなことも知ってるなんて！
Ồ, giỏi quá, cậu đánh được đàn piano cơ à!
わー、いいね、ピアノが弾けるなんて！

親しい者の間で「事実＋cơ à」の形式で、**事実を驚きをもって受け止めていること**を伝える機能を有しています（目上の人に対しては 〜 cơ ạ）。

例を見ておきましょう。

・Nhà cậu có bể bơi cơ à! Thích thế!
君の家にプールがあるなんて、すごい！　いいなー！

・Sinh nhật năm nay cậu được tặng một chiếc xe ô-tô cơ à! Thích thế!
今年の誕生日は車をプレゼントされたなんて、すごい！　いいなー！

練習問題　Bài luyện tập

問題Ⅰ　次の（　　）に適当な動詞を［　　］から選んで書きなさい。

1. Pháp đã (　　　) 'Nhà hát lớn' mô phỏng theo 'Nhà hát Opera Paris'.
（建設した）
2. Anh ấy đã (　　　) tên cho con trai là Hùng.（息子にフンという名前を付けた）
3. Bố tôi (　　　) đàn ghi-ta.（父はギターを弾きます）
4. Công ty này được (　　　) vào năm 2010.（2010年に設立された）
5. Chị ấy đã (　　　) chất lượng sản phẩm một lần nữa.
（もう一度製品の品質を検査した）
6. Cơn mưa to sắp (　　　) rồi.（大雨がもうすぐやって来る）

ア đặt　イ thành lập　ウ xây dựng　エ kiểm tra　オ chơi　カ tới

問題Ⅱ　次の（　　）に最も適当な語を［　　］から選んで書きなさい。（kìaのみ2回使用可）

1. Ngoài sự giúp đỡ của gia đình (　　　), tôi còn nhận được sự hỗ trợ của bạn bè.（家族の援助のほかに、私は他方で友達の支援も受けています）
2. Tuần trước tôi đi Kyoto, và đi cả Nara (　　　).（奈良へも）
3. Ồ, (　　　) là một câu chuyện thú vị!（うわー、なんておもしろい話でしょう！）
4. Cười lên (　　　)!（さあ、笑って！）
5. A：Tôi rất thích uống rượu vang đỏ.
B：Tôi cũng (　　　).（私もそう）
6. Nhà cậu có sân tennis (　　　) à! Thích thế!
（家にテニスコートがあるなんて、すごい！　いいなー！）
7. Nhìn (　　　), nhìn (　　　)!（ほら、見て、見て！）

ア quả　イ ra　ウ nào　エ thế　オ nữa　カ cơ　キ kìa

問題Ⅲ　日本語と同様の意味になるようベトナム語を並べかえなさい。

1. bắt đầu / **chúng ta** / nào　（さあ、始めましょう！）

   → **Chúng ta** ______________________________ !

2. đi / **tuần trước** / Kyoto / và / chúng tôi / đi / nữa / Nara / cả

   （先週私たちは京都に行き、そして奈良へも行きました）

   → **Tuần trước** ______________________________ .

3. do / **bức tranh** / vẽ / họa sĩ Tanaka / này　（この絵は田中画伯の筆によるものだ）

   → **Bức tranh** ______________________________ .

4. những chuyện / biết / cả / nữa / **bạn** / như thế / cơ à

   （あなた、そんなことまで知ってるなんて！）

   → **Bạn** ______________________________ !

Nhà hát lớn　オペラハウス・ハノイ

Bài 6

基本文型・基本文法　Mẫu câu và Ngữ pháp cơ bản

1．**có＋動詞**

Ừ, điều đó mình có đọc ở trong sách.

うん、それは本で読んだよ。

2．**動詞＋qua：大まかに／ざっと〜する**

Mình đã nghe qua ‘Tuyên Ngôn Độc Lập’ của Bác Hồ ở trên in-tơ-nét.

ホーおじさんの「独立宣言」はインターネット上で耳にしたことがある。

3．**tất cả 〜 đều …：全ての〜は等しく…**

Chắc chắn là hầu hết tất cả người Việt Nam đều đã từng nghe.

間違いなくほとんど全てのベトナム人はみな聞いたことがあるはずよ。

4．**〜 à?：〜のね？**

Người Nhật cũng xem đoạn phim đấy à?

日本の人もあの映像を見てるのね？

5．**không thể nào 〜 (được)：決して〜できない**

Đối với thế hệ bố mẹ chúng mình, đó chắc chắn là ký ức không thể nào quên.

私たちの父母の世代にとっては、それはきっと決して忘れられない記憶だと思う。

6．**「ベトナム語で何と言うか」の表現**

Ngày đó tiếng Việt gọi là gì?

その日はベトナム語で何て言うの？

Hội thoại 'Ngày nghỉ lễ' của Việt Nam - 11

〈ở phòng trọ của Yui〉

Yui : Này, Uyên, Việt Nam có khoảng bao nhiêu 'ngày nghỉ lễ'?

Uyên : Ừm..., mình không biết rõ nhưng mà có lẽ khoảng 10 ngày.

Yui : Là những ngày nào?

Uyên : Ví dụ như là..., ngay bây giờ mình nhớ đến 'Ngày Quốc Khánh' mồng 2 tháng 9. Bác Hồ đã đọc 'Tuyên Ngôn Độc Lập' tại Quảng trường Ba Đình sau khi lãnh đạo thành công 'Cách mạng tháng 8'.

Yui : Ừ, điều đó mình **có** đọc ở trong sách. Mình đã nghe **qua** 'Tuyên Ngôn Độc Lập' của Bác Hồ ở trên in-tơ-nét.

Uyên : Ừ, mình cũng nghe rồi. Chắc chắn là hầu hết **tất cả** người Việt Nam **đều** đã từng nghe. Ngoài ra, còn có ngày 30 tháng 4.

Yui : Ừ, ngày 30 tháng 4 năm 1975 nhỉ. Ở Nhật, mình đã từng xem đoạn phim xe tăng của Mặt trận Giải phóng tiến vào Dinh Độc Lập và một người lính phất cờ ở trên nóc tòa nhà.

Uyên : Người Nhật cũng xem đoạn phim đấy **à**?

Yui : Ừ, mình nghĩ là mọi người trên thế giới ai cũng đã xem rồi.

Uyên : Ngày mồng 2 tháng 7 của năm tiếp theo 1976 là ngày Nam Bắc thống nhất. Nhưng mà ngày đó không phải là 'ngày nghỉ lễ'.

Yui : Năm nay là năm 2021, vậy là 45 năm trước rồi nhỉ.

Uyên : Thời đó chúng mình chưa được sinh ra nên không biết rõ nhưng đối với thế hệ bố mẹ chúng mình, đó chắc chắn là ký ức **không thể nào** quên.
Rồi còn có ngày mồng 10 tháng 3 âm lịch, là ngày của vị vua đầu tiên của Việt Nam.

Yui : Ngày đó **tiếng Việt gọi là gì**?

Uyên : Trong tiếng Việt gọi là 'Ngày giỗ tổ Hùng Vương'. 'Ngày giỗ tổ' là ngày tưởng nhớ ngày mất của tổ tiên, còn 'Hùng Vương' là vua Hùng, là vị vua lập nên nước Việt Nam.
Thêm nữa là ngày 22 tháng 11.

Yui : Đó là ngày gì?

Uyên : Ngày sinh nhật của bạn trai mình!

Yui : Hả? Đó mà là 'ngày nghỉ lễ' của toàn dân **à**? Kệ cậu đấy!

会話　ベトナムの祝日

〈ユイの下宿の部屋で〉

Yui　：ねー、ウエン、ベトナムの祝日って何日ぐらいあるの？

Uyên：うーん、はっきり知らないけど、10日ぐらいかな。

Yui　：どんな日なの？

Uyên：例えば……、今すぐ思い出すのは、「独立記念日」の9月2日。ホーおじさんが「8月革命」を成功裏に指導したあと、バーディン広場で「独立宣言」を読み上げたの。

Yui　：うん、それは本で読んだよ。ホーおじさんの「独立宣言」はインターネット上で耳にしたことがある。

Uyên：うん、私も聞いたよ。間違いなくほとんど全てのベトナム人はみな聞いたことがあるはずよ。ほかには、4月30日。

Yui　：うん。1975年の4月30日ね。解放戦線の戦車が大統領官邸に入って、屋上で兵士が旗を振った映像を日本でも見たことがある。

Uyên：日本の人もあの映像を見てるのね？

Yui　：うん、世界の全ての人、誰もが見たと思う。

Uyên：次に続く年の1976年の7月2日は南北が統一した日。でも、この日は祝日じゃないけど。

Yui　：今年は2021年だから、もう45年前のことね。

Uyên：その時は私たち、まだ生まれてないからよく知らないけど、私たちの父母の世代にとっては、それはきっと決して忘れられない記憶だと思う。
それから、陰暦の3月10日があって、この日はベトナムの最初の王様の日。

Yui　：その日はベトナム語で何て言うの？

Uyên：ベトナム語では、「Ngày giỗ tổ Hùng Vương」って言うの。「Ngày giỗ tổ」は先祖の亡くなった日を偲ぶ日のこと、「Hùng Vương」はフン王で、フン王はベトナムを建国した王様よ。
あとは、11月22日。

Yui　：それは何の日？

Uyên：私の彼氏の誕生日！

Yui　：えー、それって国民の祝日なの？　全くもう……！

語彙リスト　Bảng từ vựng　- 12

会話

ngày nghỉ lễ	《lễ 礼》	祝日、祝祭日
này		ねえ、さあ（相手の注意を引く）
ừm		うーん
có lẽ		たぶん、～かな（『初級』10課）
ví dụ như là ～		例えば～のようだ
Ngày Quốc Khánh	《quốc khánh 国慶》	独立記念日
Bác Hồ	《hồ 胡》	ホーおじさん（bác：叔父〈父の兄〉）
Tuyên Ngôn Độc Lập	《宣言独立》	独立宣言
Quảng trường Ba Đình	《quảng trường 広場》	バーディン広場
lãnh đạo	《領導》	指導する
thành công	《成功》	成功する（ここでは副詞的に「成功裏に」）
Cách mạng tháng 8	《cách mạng 革命》	8月革命
có đọc		ちょっと読んだ、読んだことがある ⇒文法解説1
nghe qua		さーっと聞く　⇒文法解説2
in-tơ-nét		インターネット
chắc chắn		必ず（『初級』10課）　chắc chắn là ～：必ずやきっと～だ、間違いなく～はずだ
tất cả ～ đều		全ての～は等しく　⇒文法解説3
đoạn	《段》	映画や文章の一部分
xe tăng		戦車（tăngは英語tankから）
Mặt trận Giải phóng	《trận 陣、giải phóng 解放》	解放戦線（正式名称はMặt trận Dân tộc Giải phóng miền Nam Việt Nam：南ベトナム解放民族戦線）
tiến vào	《tiến 進》	進入する、入り込む
Dinh Độc Lập	《営独立》	大統領官邸、独立宮殿
lính		兵士（類別詞はngười）

phất		（旗などを）振る
cờ		旗
nóc		屋根の一番高い部分、屋上
à?		文末に置いて軽い確認をする ⇒文法解説4
thống nhất	《統一》	統一する（1976年7月2日、統一ベトナムの国名を「ベトナム社会主義共和国」とすることが発表された）
trước		前（時間、場所に関して） 期間＋trước：～前（3 năm trước：3年前） trước＋期間：前もって～前に（trước 30 phút：前もって30分前に） trước＋場所名詞：～の前（trước ga：駅前）
thời	《時》	時期、時代 thời đó：その当時
sinh ra	《sinh生》	生まれる（được sinh raの形も「生まれる」の意味）
đối với＋[人]		[人]にとって（『初級』24課）
thế hệ	《世系》	世代
ký ức	《記憶》	記憶
không thể nào ～		決して～できない ⇒文法解説5
âm lịch	《陰暦》	陰暦
vị vua	《vị位》	王様
tiếng Việt gọi là ～		ベトナム語で～と言う ⇒文法解説6
gọi là ～		～という（名称・名前を持つ）
ngày giỗ tổ Hùng Vương	《tổ祖》	雄王祭の日
Hùng Vương	《雄王》	フン・ヴオン（紀元前のベトナムに存在したヴァンラン〈Văn Lang〉国の王の総称）
tưởng nhớ	《tưởng想》	（～を）偲ぶ、慕わしく思う、（～に）思いを寄せる
tổ tiên	《祖先》	祖先、先祖 tổ tiên của loài người：人類の祖先 thừa kế đất tổ tiên：先祖の土地を受け継ぐ
lập nên	《lập立》	（国などを）打ち立てる（lập：造る nên：～になる）

Bài 6

thêm nữa		さらに（付け加える）
bạn trai	《bạn伴》	彼氏、ボーイフレンド ⇔bạn gái：彼女、ガールフレンド
hả?		えー、はぁー（あきれた気持ちや軽い驚き、不満等を表す） ⇒13課文法解説3
đó mà là ～		それって～だ（驚きや信じられない気持ちが込められている）
toàn dân	《全民》	全人民
kệ		放っておく、無視する

文法解説

đồng hồ đeo tay		腕時計
trang trí	《装置》	飾り付ける
cài đặt		インストールする
phần mềm		ソフトウェア
diệt vi-rút	《diệt滅》	ウイルスを駆除する
trước đây		以前
Sa Pa		サパ（ベトナム北部の避暑地）
văn phòng	《文房》	オフィス
một phần	《phần分》	一部分
lễ hội	《礼会》	祭り
tráng miệng		デザート
trải nghiệm	《nghiệm験》	体験、体験する
quyết định	《決定》	決定、決定する、決める
nói ra		言及する
sự thật	《事実》	事実、真実

練習問題

lá		類別詞（旗、手紙などに付される） lá cờ lớn：巨大な旗
quân đội	《軍隊》	軍隊
lãnh thổ	《領土》	領土

buổi biểu diễn ca nhạc	《biểu diễn ca nhạc 表演歌楽》	音楽会
tổ chức	《組織》	組織する、(イベントなどを) 催す
mỗi khi		～するたびに
xưa		昔
hỡi		呼びかける際に用いる語
đồng bào	《同胞》	同胞
cả nước		全国 (cả＋名詞：全体の～) ⇒10課文法解説1
quyền ～	《権》	～権　quyền bầu cử：選挙権
bình đẳng	《平等》	平等
tạo hóa	《造化》	造化の神、造物主
họ		彼ら
xâm phạm	《侵犯》	侵犯する
mưu cầu	《謀求》	(権利などを) 追い求める
hạnh phúc	《幸福》	幸福な
bất hủ	《不朽》	不朽の
bản	《版》	類別詞 (報告書、資料、契約書等に付される)
suy	《推》	考える
câu	《句》	文
ý nghĩa	《意義》	意味
sung sướng		幸せな
nhân quyền	《人権》	人権
dân quyền	《民権》	民権
luôn luôn		常に、いつも　⇒11課文法解説5
được		得る
lẽ phải		道理
chối cãi		否認する、否定する
đề cập	《提及》	言及する　đề cập đến ～：～に言及する
gồm có		含む
trích dẫn	《摘引》	引用する

Bài 6

文法解説　Giải thích ngữ pháp

1．có＋動詞

動詞としてのcóは「ある、いる、持っている、所有している」などの意味でした。また、動詞疑問文の答えにcó＋動詞がありました。

・Ở trên bàn **có** máy vi tính.　机の上にコンピュータがある。（『初級』7課）
・Tôi **có** 3 chiếc đồng hồ đeo tay.　私は腕時計を三つ持っている。（『初級』9課）
・A：Cậu có biết số điện thoại của chị ấy không?　彼女の電話番号、知ってる？
　B：Ừ, mình **có** biết.　うん、知ってる。（『初級』4課）

このcóの意味「ある」（存在）から派生して、「**có＋動詞**」の形式で幾つかの意味を表します。「**có**＋動詞」の形式について整理しておきましょう。

Ⅰ「**〜てある**」の意味で使用されます。5課の会話に次のような対話がありました。

Uyên：**Có** viết "1911", phải không?　「1911」って書いてあるでしょう？
Yui　：Ừ đúng rồi. **Có** viết cả bằng tiếng Anh nữa, *Nineteen Eleven*.
　　　うん、確かに。英語でも書いてある、Nineteen Eleven。

ほかの例も見てみましょう。

・Trên bàn **có** trang trí hoa.　机の上に花が飾ってあります。
・Trên máy tính **có** cài đặt phần mềm diệt vi-rút.
　コンピュータにウイルス駆除ソフトがインストールしてあります。

この「**có**＋動詞」の形式は、「動詞」の動作を行なった人よりも、動作が行なわれたあとの状態に焦点を当てた表現です。上記の例では誰が「1911」と書いたかよりも「書いてある」という状態の方に焦点が当たっています（誰が書いたかも定かではありませんが）。

その下の二つの例、「花が飾ってあります」「インストールしてあります」の場合、動作を行なった人を取り上げたければ、**Chị ấy đã** trang trí hoa ở trên bàn. や**Tôi đã** cài đặt phần mềm diệt vi-rút. と表現することもあるでしょう。

Ⅱ 同じく5課の会話に次の発話がありました。

Mình thì có chơi đàn bầu.　私の方はダンバウをちょっと弾くの。

「**có**＋動詞」の形式は、「（やるかやらないか、どちらかと言うと）**ほんの少しだけ〜する**」の意味でも使われます。**話し手が少し謙遜して自身のことを述べる**際に使われることがあります。この課の会話文にある、Ừ, điều đó mình có đọc ở trong sách.（うん、それは本で読んだよ）もこの使い方です。

Ⅲ「**có**＋動詞」に thì を伴って話し手の気持ち、「**仮に〜のことがあるならば**」を表明する機能も有しています。

・Anh có đi thì tôi chờ.　あなたが行くなら、私は待ちます（あなたが準備できるまで）。

Ⅳ「**có**＋動詞」（過去の時を表す語を伴う）は「**〜という動作の経験がある**」と**動作経験の存在を強調して述べる**際に用いられます。

・Khoảng một năm trước tôi có đến Thư viện Quốc gia.
　1年ほど前、私は国立図書館に行ったことがあります。
・Cậu biết là trước đây mình có đi Sa Pa, phải không?
　あなた、私が以前サパに行ったことがあるの知ってるでしょ？

上記の四つの「**có**＋動詞」の形式の使い方は、「そのような動作を**持つ**、そのような動作をしたことが**ある**」という意味で、cóのもともとの意味「ある、持っている」からの派生と考えて良いでしょう。

そのほか、dù 〜 thì …（たとえ〜ても）の文型において、「**dù 〜 có＋動詞**」となります（『初級』24課）。

・Dù ngày mai trời có mưa to thì tôi vẫn đi leo núi.
　たとえ明日大雨が降っても、私は山に登ります。

2. 動詞＋qua：大まかに／ざっと～する

会話の中に次の発話があります。

Mình đã nghe qua ‘Tuyên Ngôn Độc Lập’ của Bác Hồ ở trên in-tơ-nét.
ホーおじさんの「独立宣言」はインターネット上で耳にしたことがある。

quaについてはqua in-tơ-nét（インターネットを通じて）、qua ti-vi（テレビで）など、『初級』17課で「qua＋手段」（～を通じて、～で）を紹介しました。quaは動詞として「（道などを）渡る」「（季節などが）過ぎる」という意味もあります。また、「**動詞＋qua**」のquaは副詞的な働きをしており、「**大まかに～、ざっと～**」という意味です。nghe qua（さーっと聞く）、đọc qua（さーっと目を通す）、ghé qua（ちょっと立ち寄る）などがあります。

ところで、2課の会話に登場したghé（立ち寄る）という語には、ghé quaとghé vàoという言い方があります。ghé qua văn phòngもghé vào văn phòngも「オフィスに立ち寄る」という意味ですが、前者ghé **qua**は「長居をせずにさーっと」というニュアンスですし、ghé **vào**の方は「しっかりオフィスに入って」時間をある程度とった「立ち寄る」という意味です。

・Anh hãy ghé qua tiệm hoa trên Phố Văn Miếu và đợi mình mua hoa.
文廟通りの花屋さんにちょっと寄って、私が花を買うのを待っていてください。（タクシーの運転手に対して）

3. tất cả ～ đều …：全ての～は等しく…

tất cảはđềuと呼応して、「全ての～は、等しく…」という意味を表します。tất cảは名詞で「全て」、あるいは連体詞的に機能して「全ての～、あらゆる～」の意味です。đềuは形容詞「等しい、一様な」が語義ですが、この形式の中では副詞的な働きをして「等しく、一様に」の意味になります。このđềuは4課で紹介した文型「cả A lẫn B đều」でも紹介しました。本課の会話の中には、Chắc chắn là hầu hết tất cả người Việt Nam đều đã từng nghe.（間違いなくほとんど**全ての**ベトナム人は**みな**聞いたことがあるはずよ。）がありました。日本語ではđềuを敢えて訳出しない方が自然な日本語になる場合もあります。ほかの例を見てみましょう。

・Tất cả mọi người đều biết điều đó.　全ての人々がそのことを知っている。

・Tất cả những tấm ảnh mà anh ấy chụp đều rất đẹp.
彼の撮った写真は全てとても美しい。

・Nghe nói là tất cả sản phẩm của công ty này đều có chất lượng tốt.
この会社の全ての製品はいい品質をもっているそうだ。

4. ～ à?：～のね？

文末に置かれる ～ àの機能は、対話の中で疑問文を作ることです。ただし、疑問の程度には幅があり、話し手が①**真正面から質問を投げかけている場合**もありますし、疑問を呈するほどではなく、②**軽い確認の気持ちの表明の場合**もあります。

後者②の文末の ～ àは、話し手がある事柄（多くは眼前の現場にある事態）に関して、若干の驚きや意外性をもって相手に確認したい時、もう少しはっきりとさせたい時に用いられる形式です。話し手は「そうであろう」と思っているのですが、確認のために質問しており、「？」が付されないこともあります。日本語では「～なのね、～なの（？）」などの訳語があたります。会話中の発話、そのほかの例を見てみましょう。

Người Nhật cũng xem đoạn phim đấy à?　日本の人もあの映像を見てるのね？
Hả? Đó mà là 'ngày nghỉ lễ' của toàn dân à?　えー、それって国民の祝日なの？

・A：Chị biết tất cả à?　あなた、すべてを知ってるの？
　B：Không, chị chỉ biết được một phần thôi.　ううん、一部分を知ってるだけ。
・A：Anh bị ốm à?　あなた、病気なの？
　B：Ừ, sắc mặt tôi không tốt nhỉ.　うん、顔色、悪いよね。
・A：Hôm nay chị cũng đi làm à?　今日も仕事に行くのね？
　B：Ừ, cuối năm có nhiều việc lắm.　うん、年末は仕事がたくさんあるんだ。
・A：Tháng 10 này ở Sapporo, có nhiều lễ hội, cậu đi với mình nhé.
　この10月、札幌で沢山お祭りがあるけど、私と行こうね。
　B：Sapporo à, nhất định rồi! Mình muốn đi lắm.
　札幌、必ずよ！　私すっごく行きたい。

～ àの基本的な機能は疑問文を作ることですから、上記の「肯定文＋à?」だけでなく、「**否定文＋à?**（～じゃないの？、～じゃないのね？）」もあります。

・Anh không uống rượu à?　お酒、飲まないの？
・Chị không thích ăn đồ ngọt à?　甘いもの、好きじゃないの？

ベトナム語の否定疑問文には、không ～ à?の形を用います。anh không uống rượu.「あなたはお酒を飲みません」という文の疑問文、「あなたはお酒を飲みませんか。」の場合、動詞文の疑問文を作る際に用いられるcó ～ không?を使用しません（× anh **có** không uống rượu **không**?）。構造的な複雑さを避けるためでしょう。否定疑問文では文末に**à?**を付します。日本語の否定疑問文と同様、驚きの表明や確認をとる場合、同意を求める場合など種々のニュアンスをもつ表現です。

・A：Anh không ăn tráng miệng à?　あなた、デザート、食べないの？
　B：Ừ, anh không ăn vì no rồi.　うん、僕食べないよ、お腹いっぱいなんだ。
・A：Chị không biết gì à?　あなた、何も知らないの？
　B：Không, tôi biết hết rồi!　ううん、何もかも知ってるよ。

5．không thể nào ～ (được)：決して～できない

会話の中に次の発話があります。

Thời đó chúng mình chưa được sinh ra nên không biết rõ nhưng đối với thế hệ bố mẹ chúng mình, đó chắc chắn là ký ức không thể nào quên.
その時は私たち、まだ生まれてないからよく知らないけど、私たちの父母の世代にとっては、それはきっと決して忘れられない記憶だと思う。

3課の文法解説で「可能表現」について整理しましたが、このkhông thể nào ～ (được)の形式も可能表現の一つで、「決して～できない、どうしても～できない」の意味を表します（đượcが省略されることもある）。例を見ておきましょう。

・Tôi không thể nào quên được những trải nghiệm lúc đó.
　私は決してあの時の体験を忘れることはできません。
・Tôi không thể nào đồng ý được với quyết định của ông giám đốc.
　私はどうしても社長の決定に同意できません。
・Anh ấy đã không thể nào nói ra sự thật được.
　彼はどうしても真実を話すことができなかった。

6.「ベトナム語で何と言うか」の表現

会話の中に次の発話があります。

Ngày đó tiếng Việt gọi là gì?　その日はベトナム語で何て言うの？

「ベトナム語で何と言うか」には次の二つの言い方があります。単語について尋ねる場合は gọi là gì?（『初級』11課参照）、文や表現について尋ねる場合は nói như thế nào?（どのように言いますか）が用いられます。例を見ておきましょう。

- 'Neko' tiếng Việt gọi là gì?　「ねこ」はベトナム語で何と言いますか。
- Cái này tiếng Việt gọi là gì?　これはベトナム語で何と言いますか。
- 'Ima nanji desuka' tiếng Việt nói như thế nào?
  「今何時ですか」はベトナム語で何と言いますか。
- 'Tôi là người Việt.' tiếng Nhật nói như thế nào?
  「私はベトナム人です」は日本語で何と言いますか。

Bài
6

練習問題　Bài luyện tập

問題Ⅰ　次の（　　）に適当な動詞を［　　］から選んで書きなさい。

1. Anh (　　　) ở đâu đấy?.（どこで生まれたの？）
2. Một người lính đã (　　　) lá cờ lớn.（大きな旗を振った）
3. Quân đội nước A đã (　　　) lãnh thổ nước B.（B国の領土に進入した）
4. Buổi biểu diễn ca nhạc để (　　　) Trịnh Công Sơn đã được tổ chức.
（チン・コン・ソンを偲ぶ音楽会が開催された）
5. Hùng Vương là vị vua (　　　) nước Việt nam.（ベトナムを打ち立てた）
6. Cái này tiếng Việt (　　　) gì?（ベトナム語で何と言う？）

ア lập nên　イ tưởng nhớ　ウ tiến vào　エ phất　オ sinh ra　カ gọi là

問題Ⅱ　次の（　　）に適当な語を［　　］から選んで書きなさい。

1. Trên bàn (　　　) trang trí hoa.（花が飾ってある）
2. Tất cả mọi người ở đây (　　　) thích ăn đồ ngọt.（全員みな等しく好きです）
3. Đêm qua tôi đọc (　　　) cuốn sách này.（昨晩この本に目を通した）
4. Chị không biết gì (　　　)?（あなた、何も知らないの？）

5. Mỗi khi thấy tấm ảnh này, tôi liền nhớ (　　　　) ngày xưa.
（この写真を見るたびに、すぐに昔を思い出します）

ア đều　イ qua　ウ có　エ à　オ đến

問題Ⅲ　日本語と同様の意味になるようベトナム語を並べかえなさい。

1. **"hôm nay trời đẹp nhỉ"** / tiếng Nhật / như thế nào / nói
（「Hôm nay trời đẹp nhỉ」は日本語で何と言いますか）
→ **"Hôm nay trời đẹp nhỉ"** ______________________________ ?

2. **chắc chắn là** / đều / hầu hết / nghe / tất cả / đã từng / người Việt Nam
（間違いなくほとんど全てのベトナム人はみな聞いたことがあるはずよ）
→ **Chắc chắn là** ______________________________ .

3. quên / lúc đó / không thể nào / những trải nghiệm / **tôi** / được
（私は決してあの時の体験を忘れることはできない）
→ **Tôi** ______________________________ .

問題Ⅳ　以下はホーチミンの「独立宣言」の冒頭部分である。これを読んで質問に答えなさい。（13課練習問題に継続問題あり）

Hỡi đồng bào cả nước,

"Tất cả mọi người đều sinh ra có quyền bình đẳng. Tạo hóa cho họ những quyền không ai có thể xâm phạm được; trong những quyền ấy, có quyền được sống, quyền tự do và quyền mưu cầu hạnh phúc".

Lời bất hủ ấy ở trong bản *Tuyên ngôn Độc lập* năm 1776 của nước Mỹ. Suy rộng ra, câu ấy có ý nghĩa là: tất cả các dân tộc trên thế giới đều sinh ra bình đẳng, dân tộc nào cũng có quyền sống, quyền sung sướng và quyền tự do.

Bản *Tuyên ngôn Nhân quyền và Dân quyền* của Cách mạng Pháp năm 1791 cũng nói: "Người ta sinh ra tự do và bình đẳng về quyền lợi, và phải luôn luôn được tự do và bình đẳng về quyền lợi."

Đó là những lẽ phải không ai chối cãi được.

Câu hỏi 1：Bác Hồ đề cập đến “quyền bình đẳng”, quyền này gồm có 3 loại quyền lợi, đó là những quyền lợi gì?（đề cập：言及する　gồm có：含む）

① ______________________　② ______________________

③ ______________________

Câu hỏi 2：Bác Hồ trích dẫn hai bản tuyên ngôn, các bạn hãy viết tên của hai bản tuyên ngôn đó.（trích dẫn：引用する）

____

Câu hỏi 3：Bản Tuyên ngôn Độc lập của nước Mỹ được phát biểu khi nào?

____

Câu hỏi 4：Bản Tuyên ngôn Nhân quyền và Dân quyền của nước Pháp được phát biểu khi nào?

____

《和訳》

全国の同胞の皆さん、

「全ての人間は皆等しく平等の権利を有して生まれている。造物主は彼ら人間に何人（なんびと）も犯すことのできない権利を与えた、それらの権利には、生存権、自由権、そして幸福を追求する権利がある。」

この不朽の言葉は、アメリカの1776年の独立宣言文の中にある。広く考えれば、この文は、世界の全ての民族はみな平等に生まれ、どの民族も生存権、幸福権、そして自由権を持つという意味を有している。

1791年のフランス革命の人権宣言も、「人は権利という面で自由かつ平等に生まれており、そして、権利として自由と平等を常に享受しなければならない」と述べている。

これらは何人（なんびと）も否定することのできない道理である。

コラム：Cách mạng tháng 8　8月革命

1945年8月、ベトミン（ベトナム独立同盟Việt Nam Độc Lập Đồng Minhを略してViệt Minh）が指導し、グエン王朝最後の皇帝であるバオダイ帝（vua Bảo Đại、第13代皇帝）を退位させ、日本軍による植民地支配を打倒して「ベトナム民主共和国」を打ち立てた運動をベトナムでは「Cách mạng tháng 8（8月革命）」と呼んでいる。仏領インドシナに進駐していた日本軍は1945年3月9日のクーデターによってフランスに代わってベトナムを支配していたが、日本のポツダム宣言受諾に前後して、ベトミンの指導の下、民衆が蜂起して全土を掌握し、ホーチミンが9月2日、ハノイのバーディン広場（Quảng trường Ba Đình）で「独立宣言」を読み上げ、ベトナム民主共和国の成立を宣言した。独立宣言の中では、「我々はフランスからではなく日本軍の手から独立を取り戻した」とホーチミンは述べている。

Quảng trường Ba Đình　バーディン広場

Bài 7

基本文型・基本文法　Mẫu câu và Ngữ pháp cơ bản

1．**～ đi：～して（促し・命令）**
Cậu giới thiệu cho mình về Nhật Bản đi.
日本について教えて。

2．**cái gì cũng được：何でもいい**
Cái gì cũng được.
何でもいいよ。

3．**không phải là＋文＋đâu：～というわけではない**
Không phải là mình nấu đâu.
私が調理するってわけじゃないよ。

4．**～ đúng không?：～でしょ（う）？**
Bây giờ là giữa tháng tám, đúng không?
今、8月の半ばでしょ？

5．**ví dụ như là A, như là B：例えばAとか、Bとか**
Ví dụ như là súp miso rau, như là súp miso sò hến.
例えば野菜の味噌汁とか、シジミの味噌汁とか。

6．**sẽの使い方**
Hầu hết người Nhật thường sẽ xin nghỉ một kỳ nghỉ dài.
ほとんどの日本人は普通長い休みをとるの。

Hội thoại Giới thiệu về Nhật Bản - 13

〈ở phòng trọ của Yui〉

Uyên : Yui ơi, cậu giới thiệu cho mình về Nhật Bản **đi**.

Yui : Hả, giới thiệu gì về Nhật Bản?

Uyên : **Cái gì cũng được**. Về gia đình, trường đại học, văn hóa, phim, du lịch Nhật Bản, cái gì cũng được.

Yui : Ồ, khó quá. Thế thì trước hết mình giới thiệu cho cậu về món ăn Nhật nhé. Đây là 'osekihan', còn đây là 'misoshiru'.

Uyên : A, 'osekihan' à. Giống 'xôi đậu đỏ' của Việt Nam nhỉ!

Yui : Ừ, nhưng mà **không phải là** mình nấu **đâu**. Mình dùng 'đồ ăn đóng gói sẵn' của Nhật đấy.

Uyên : Vậy à, tiện lợi nhỉ. Chỉ cần bỏ vào 'lò vi sóng' thì có thể ăn ngay à.

Yui : Ừ. Bây giờ là giữa tháng tám, **đúng không**? Ở Nhật gọi là 'mùa Obon'. 'Osekihan' thường được ăn vào dịp 'lễ Obon' ở quê mình.

Uyên : Obon là lễ gì?

Yui : Obon là 'lễ đón tổ tiên về thăm nhà'. Nghe nói nguồn gốc của từ 'Obon' là từ 'U-ra-bon' của Phật giáo.

Uyên : À, của Phật giáo à? Thế thì giống 'lễ Vu Lan' của Việt Nam rồi. Từ 'Vu Lan' trong tiếng Việt chắc chắn là 'U-ra' trong từ 'U-ra-bon'. Ở Nhật, người ta làm gì vào dịp Obon?

Yui : Hầu hết người Nhật thường **sẽ** xin nghỉ một kỳ nghỉ dài. Mọi người thường về quê thăm nhà, đoàn tụ cùng gia đình. Thế ở Việt Nam thì sao?

Uyên : Từ xưa những người theo đạo Phật **sẽ** làm lễ cúng ở nhà, đi chùa, ăn chay... Ngày nay vì 'lễ Vu Lan' còn được gọi là 'lễ báo hiếu' nên cả những người không theo Phật giáo cũng thường tưởng nhớ đến mẹ vào ngày này. Người ta tặng hoa cho mẹ để tỏ lòng biết ơn.

Yui : Hay quá, 'lễ Vu Lan' trở thành 'lễ báo hiếu' à.

Uyên : Yui ơi, 'misoshiru' này ngon quá!

Yui : Thế à, hợp khẩu vị của cậu thì tốt quá!
Ở Nhật, 'misoshiru' là món không thể thiếu trong bữa ăn. Có nhiều loại lắm, **ví dụ như là** súp miso rau, **như là** súp miso sò hến. Lúc nào đó, mình nấu cho cậu và bạn trai cậu ăn nhé.

会話　日本について紹介する

〈ユイの下宿の部屋で〉

Uyên：ユイ、日本について教えて。

Yui　：えー、日本の何を紹介するの？

Uyên：何でもいいよ。家族、大学、文化、映画、日本の旅行について、何でもいいよ。

Yui　：わー、難しいなー。じゃあ、まず日本の食べ物について紹介してあげるね。これが「お赤飯」で、これが「味噌汁」。

Uyên：あー、「お赤飯」ね。ベトナムの「小豆おこわ」と似てるね！

Yui　：うん、でも私が調理するってわけじゃないよ。日本の「パック食品」を使うよ。

Uyên：そうなんだ、便利だね。電子レンジに入れるだけで、すぐに食べられるもんね。

Yui　：うん。今、8月の半ばでしょ？　日本では「お盆」って言うの。「お赤飯」は私の田舎では「お盆」の時に食べられるの。

Uyên：お盆って何？

Yui　：お盆っていうのは、「家に帰って来る先祖を迎える行事」のこと。「お盆」っていう言葉の起源は仏教の「盂蘭盆（うらぼん）」という語だそうよ。

Uyên：あー、仏教の？　それじゃあ、ベトナムの「Vu Lan祭」じゃない！　ベトナム語の「Vu Lan（盂蘭）」はきっと「盂蘭盆（うらぼん）」の「盂蘭（うら）」だよ。日本ではお盆にどんなことするの？

Yui　：ほとんどの日本人は普通長い休みをとるの。みんな田舎の実家に帰って、家族と集まるの。で、ベトナムの方はどう？

Uyên：昔からね、仏教徒は家でお供え物をして、お寺に行って、精進料理を食べたりして……。
今ではね、「Vu Lan祭」は「親孝行祭」とも言われていて、仏教を信仰してない人も、この日には母親に思いを寄せるの。みんな感謝の気持ちでお母さんに花をプレゼントするの。

Yui　：すっごくおもしろいわ。「Vu Lan祭」は「親孝行祭」になったんだ。

Uyên：ユイ、この味噌汁、めっちゃおいしい！

Yui　：ほんとー、口に合って良かった！
日本では、味噌汁は食事に欠かせないものだよ。すっごくたくさん種類があって、例えば野菜の味噌汁とか、シジミの味噌汁とか。いつか、あなたとあなたの彼氏に作ってあげるから食べてね。

語彙リスト　Bảng từ vựng　- 14

会話

về		～について（『初級』15課）
đi		話し手の促す気持ちを表す　⇒文法解説1
cái gì cũng được		何でもいい　⇒文法解説2
xôi đậu đỏ		小豆おこわ（xôi：もち米　đậu đỏ：小豆）
không phải là＋文＋đâu		～というわけじゃない　⇒文法解説3
đồ ăn đóng gói sẵn		パック食品（đồ ăn：食べ物　đóng：包装する　gói：包む　sẵn：前もって準備する）
tiện lợi	《便利》	便利だ　cửa hàng tiện lợi：コンビニ
bỏ … vào ～		…を～に入れる
giữa tháng tám		8月半ば
đúng không?		～でしょう？　⇒文法解説4
dịp		機会　vào dịp ～：～の機会に　⇒9課文法解説5
lễ	《礼》	儀式、行事
quê		故郷、出身地、田舎
nguồn gốc		起源、出所(でどころ)
Phật giáo	《仏教》	仏教
sẽ		普通～する　⇒文法解説6
xin nghỉ		休みをとる
kỳ nghỉ dài		長期休暇期間
đoàn tụ	《団聚》	（離れていた者が）集まる
sao?		どう？（thế nào?の意味）
đạo Phật	《道仏》	仏教
cúng		祖先の霊を祭る祭壇に供物をそなえる　lễ cúng：祭事
chùa		寺
ăn chay		精進料理を食べる
ngày nay		今日(こんにち)、現在

báo hiếu	《報孝》	親孝行する、孝行を尽くす
tỏ		示す
biết ơn	《ơn 恩》	（恩を知って）感謝する tỏ lòng biết ơn：感謝する心を示す
khẩu vị	《口味》	味覚、味の好み　hợp khẩu vị：口に合う
thiếu	《少》	不足する、欠く không thể thiếu：欠くことができない
bữa ăn		食事
như là ～, như là …		～とか…とか　⇒文法解説5
sò hến		シジミ（貝）

Bài 7

文法解説

kỳ nghỉ hè	《kỳ 期》	夏休み期間
tới		今度の、きたる　kỳ nghỉ hè tới：今度の夏休み
～ đi ạ		丁重な促しを表す　⇒文法解説1
cùng nhau		一緒に　複数主体＋cùng nhau＋動詞：一緒に～する
quà lưu niệm	《lưu niệm 留念》	お土産
không có nghĩa là ＋文＋đâu		～というわけではない　⇒文法解説3
hoặc là		あるいは
hay là ～		あるいは（～かもしれない）
Úc	《澳》	オーストラリア
Hội An	《会安》	ホイアン（ベトナム中部の都市、ダナン市の南20kmほどに位置する。17～18世紀、国際貿易港として栄え、当時の貴重な街並みが保存されていることから1998年、ユネスコの世界文化遺産に登録された。市内には日本人が建設したと伝えられる橋〈来遠橋〉が現在でも存在している）
thanh long	《青竜》	ドラゴンフルーツ
tuy ～ nhưng		～けれど
sang năm		来年
chương trình	《章呈》	プログラム

練習問題

gia vị	《加味》	調味料
đạo Thiên Chúa	《道天主》	キリスト教（カトリック）
cặp		類別詞（ペア（対）に付される） cặp vợ chồng：夫婦　cặp mắt：両眼
chủ tịch	《主席》	主席
di chúc	《遺嘱》	遺言、遺書
chống		抗する
cứu		救う
nhân dân	《人民》	人民
dù ～ song …		～けれども、しかし…
kinh qua	《経過》	経過する、経験する
gian khổ	《艱苦》	苦難、苦しみ
hy sinh	《犠牲》	犠牲
hơn nữa		さらに、より一層（接続詞、副詞として）
nhất định	《一定》	必ず
thắng lợi	《勝利》	勝利する
hoàn toàn	《完全》	完全な
chắc chắn		確かな、確実な
khắp		あらゆる場所
miền		大きい地域
cán bộ	《幹部》	幹部
chiến sĩ	《戦士》	戦士
anh hùng	《英雄》	英雄的な
cụ		老人の敬称
phụ lão	《父老》	老人
thanh niên	《青年》	青年
nhi đồng	《児童》	児童
yêu quý	《quý 貴》	敬愛する、大切に思う
kế	《継》	継続する　kế theo đó：それに続けて

thay mặt		代表する
anh em		兄弟
phe		陣営
bầu bạn		友人、友好的な
châu	《洲》	洲　năm châu：五大洲
tận tình	《尽情》	真心を込めた、全力を尽くしての
ủng hộ	《擁護》	擁護する、応援する

文法解説　Giải thích ngữ pháp

1．～ đi：～して（促し・命令）

文末に置かれるđiは「**親しい相手に**対して、ある行為を**促したり、勧めたりする**気持ちを表す」表現として学びました（『初級』11、13課）。この「文末がđiの文」は文脈、場面によっては「**命令文**（～しなさい）」にもなります。例を確認しておきましょう。

・Chị nói đi!　話しなさいよ！
・Em cố gắng học đi nhé.　一生懸命勉強しなさいね。
・Trong kỳ nghỉ hè tới các em cố gắng đọc nhiều sách đi nhé.
　今度の夏休み、生徒の皆さんはたくさん本を読むようにしてね。

本課の会話の中では、ウエンがYui ơi, cậu giới thiệu cho mình về Nhật Bản đi.（ユイ、日本について教えて）と、ユイに対し優しく促しています。

なお、目上の人に対しては ～ đi ạという形式が用いられます。

Cô Hoa ：Em ơi, cô vào một chút nhé.　ちょっと入るわね。
Em Linh：Vâng, cô vào đi ạ.　はい、どうぞ、先生入ってください。

5課で「**行動促しの**nào」を紹介しました。このnàoと ～ đi（**行為を促したり、勧めたりする**）を比較すると、nàoは**話し手を含めての私たちの行動の促しを典型的な使用法としており**、～ điの方は**相手への行動の促しを典型的な使用法**（nào**より強い促し**）**とする**という役割分担があります。

・Chúng ta bắt đầu { ◎ nào / ○ đi }.　さあ、私たち、始めましょう。

・Chúng ta cùng nhau hát { ◎ nào / ○ đi }.　さあ、私たち、一緒に歌いましょう。

・Em uống cà phê { × nào / ○ đi }.　あなた、どうぞ、コーヒーを飲んで。

２．cái gì cũng được：何でもいい

ウエンの発話にCái gì cũng được.（何でもいいよ）があります。cái gì cũng được が使用される場面を見ておきましょう。

・A：Cậu ăn gì?　何食べる？

　B：Cái gì cũng được.　何でもいい。

・A：Em muốn có quà lưu niệm gì?　（旅行の）お土産、何がほしい？

　B：Cái gì cũng được.　何でもいいです。

・A：Cái gì cũng được, anh nói chuyện gì đi.　何でもいいから、何か話して！

　B：Nhưng mà tôi không biết nói gì.　でも私何も話せません。

cái gì 以外と組み合わされる「～ cũng được」の例を見ておきましょう。

・A：Khi nào thì chúng ta đi du lịch thế giới?　いつ世界旅行に行く？

　B：Lúc nào cũng được.　いつでもいいよ。

・A：Mấy giờ chúng ta lên đường đi?　何時に出発する？

　B：Mấy giờ cũng được.　何時でもいいよ。

・A：Việc này, nhờ ai / người nào?　この仕事、誰に頼む？

　B：Ai / Người nào cũng được.　誰でもいいよ。

・A：Chúng mình đi đâu bây giờ?　これからどこ行く？

　B：Chỗ nào cũng được.　どこでもいいよ。

　（× **Đâu** cũng được.　○ **Ở đâu** cũng được.）

・A：Em chọn chiếc bánh nào mà em thích đi.　好きなケーキ、選んで。

　B：Em thì bánh nào cũng được.　私はどのケーキでもいいです。

３．không phải là＋文＋đâu：～というわけではない

文全体を否定する言い方を紹介しましょう。日本語の「～というわけではない」に当たる言い方です。会話の中には、ユイの発話でỪ, nhưng mà không phải là mình nấu đâu.（うん、でも私が調理するってわけじゃないよ。）があります。

文全体を否定する言い方には二つの形式、「không phải là ＋文（＋ đâu)」、

「không có nghĩa là＋文（＋đâu）」があります。「không có nghĩa là＋文」の方は「〜という意味ではない」といったニュアンスがあります。もちろん、文末にđâuが付加されるのは話し言葉的です。

・Ở trong 'phòng nghiên cứu' của tôi, có nhiều sách nhưng không phải là 'tôi đã đọc hết' đâu.
私の研究室には本がすごくたくさんありますが、「私は全冊読んだ」というわけではありません。

・Tôi không hay xem phim, nhưng không có nghĩa là 'tôi ghét xem phim' đâu.
私は映画はあまり見ませんが、「映画が嫌いだ」という意味じゃありません。

4．〜 đúng không?：〜でしょ（う）？

〜 đúng không?（文字通りの意味は「正しい／正確ですか」）は、話し手がほぼ100%そうだと思っていることではあるけれども、談話のスムーズな展開を意識して、**相手に会話のボールを投げかける場合**に用いられる表現です。

・A：Tuần trước cậu đã đi du lịch Okinawa, đúng không?
先週、あなた沖縄旅行に行ったでしょう？

・B：Ừ. Biển ở đó đẹp lắm!　うん、海はすっごくきれいだった！

本課の会話には次の発話があります。

Ừ. Bây giờ là giữa tháng tám, đúng không? Ở Nhật gọi là 'mùa Obon'.
うん。今、8月の半ばでしょ？　日本では「お盆」って言うの。

5．ví dụ như là A, như là B：例えばAとか、Bとか

「ví dụ như là A, như là B」の形式で、「例えばAとか、Bとか」の意味（例示）を表します。会話の中に次の発話がありました。

Có nhiều loại lắm, ví dụ như là súp miso rau, như là súp miso sò hến.
すっごくたくさん種類があって、例えば野菜の味噌汁とか、シジミの味噌汁とか。

また、「**ví dụ như là** A, **như là** B（例えばAとかBとか）」には幾つかバリエーションがあります。「ví dụ như là A này, B này」という形式も、ví dụ（例えば）のdụが落ちて、「ví như là A này, B này」という形式も、「ví dụ như là A, hoặc là B」「ví dụ như là A, hay là B」もあります。A、Bには動詞句も入ります。

・A：Khi có thời gian rảnh, chị thường làm gì?　暇な時、いつも何するの？
　B：Làm những việc mình thích, ví dụ như là 'đi xem phim' này, 'làm bánh ngọt' này.　好きなことするんだけど、映画を見に行くとか、お菓子を作るとか。

また、ví dụなしで「như là A này, B này（AとかBとか）」も可能です。本テキスト末尾の復習問題（V）には次の発話があります。そのほかの例とともに見ておきましょう。

...cậu có thể du học ở nhiều nước khác mà... như là Mỹ này, Úc này.
アメリカとかオーストラリアとか、ほかにもたくさん留学できる国があるのに……。

・Tôi đã đi du lịch nhiều nơi ở Việt Nam, như là Huế này, Hội An này.
　ベトナムでは、フエとかホイアンとか、たくさんの場所を旅行しました。
・Tôi thường ăn nhiều loại hoa quả ở Việt Nam, như là sầu riêng này, thanh long này.
　ベトナムではいつもたくさんの果物を食べています、ドリアンとかドラゴンフルーツとか。

6. **sẽの使い方**

sẽについては『初級』5課で、「**sẽ**＋動詞（未来を表す）」を紹介しました。

・Ngày kia anh ấy **sẽ** đến đây.　明後日、彼はここに来ます。
・Tuy ngày mai là chủ nhật nhưng tôi **sẽ** làm việc.
　明日は日曜だけれど、私は仕事をします。

sẽは「未来を表す」際に登場しますが、この「未来」にはもちろん、幅があり、今日の午後のことを述べることも、1年後のことを述べることもあります。話者が話している時点のあと（未来）に発生することについて述べます。

・Chiều nay anh ấy sẽ về đây.　今日の午後、彼は帰って来る。
・Tháng 12 sang năm, chúng tôi sẽ về nước.　来年12月、私たちは帰国する。
・Điều đó chắc chắn sẽ xảy ra.　そのことはきっと起こります。
・Tôi cho rằng chị ấy sẽ không đến.　彼女は来ないと私は思います。

また、過去のある時点を基準にして、話し手はその時点に自分を立たせて、そのあとに発生する事態を **sẽ** とともに述べることもあります。

・Lúc đó tôi chưa biết điều gì sẽ xảy ra.
その時はまだどんなことが起こるか分からなかった。

さらに **sẽ** は**通常の有り様・実情について述べる場合（超時）**にも使われます。**thường** と一緒に使われることが多いです。

・Buổi sáng sau khi anh thức dậy, anh thường sẽ làm gì?
朝起きたあと、いつも何をしますか。

・Festival Huế được tổ chức hai năm một lần, thường sẽ có những chương trình như thế nào?
フエフェスティバルは二年に1回開かれますが、通常どんなプログラムがありますか。

この課には次の二つの発話がありました。

Hầu hết người Nhật thường sẽ có một kỳ nghỉ dài.
ほとんどの日本人は普通長い休みをとるの。
Từ xưa những người theo đạo Phật sẽ làm lễ cúng ở nhà, đi chùa, ăn chay...
昔からね、仏教徒は家でお供え物をして、お寺に行って、精進料理を食べたりして……。

sẽ は、発話時点よりあとに「動作、状態」が発生することを表しますので、「**sẽ** ＋動詞」のほか、「**sẽ ＋形容詞**」の形式もあります。

・Tôi cho là bài thi lần này sẽ rất khó.　今度の試験はとても難しいものになると思う。

・Thế à. Mình nghĩ là Yui mặc áo dài thì sẽ đẹp lắm!
そーなの！　ユイがアオザイを着たら、とってもきれいだと思うなー！（4課会話）

・Tình hình sẽ tốt đẹp.（その頃）状況は良くなっているでしょう。

練習問題　Bài luyện tập

問題Ⅰ　次の（　　）に最も適当な語を[　　]から選んで書きなさい。

1. Cô ấy (　　　　) mỉm cười.（彼女はいつもにこにこしている）
2. (　　　　) chị trông thấy gì?（その時、あなた何を見たの？）
3. (　　　　) tôi vừa gặp chị ấy.（さっき、彼女に会ったばかりです）
4. Đêm qua cậu đi ngủ vào (　　　　) mấy giờ?（昨日何時に寝たの？）
5. (　　　　) tôi muốn đi du lịch Việt Nam.（いつかベトナム旅行に行きたい）

ア lúc nào đó　イ lúc nào cũng　ウ lúc đó　エ lúc nãy　オ lúc

問題Ⅱ　次の（　　）に適当な語を[　　]から選んで書きなさい。

1. Các em học trò đã tặng bó hoa cho cô Lan để (　　　　) lòng biết ơn.
（生徒たちは感謝の気持ちを示すためにラン先生に花束を贈った）
2. Anh ơi, anh (　　　　) cho em về quê anh đi.（故郷について紹介して！）
3. Ở Việt Nam, 'nước mắm' là một loại gia vị không thể (　　　　) trong bữa ăn.
（ベトナムでは、ヌオックマムは食事に欠かせない調味料だ）
4. Ông bà tôi (　　　　) đạo Thiên Chúa.（祖父母はキリスト教を信仰している）
5. Cặp vợ chồng ấy là người (　　　　).（あの夫婦は菜食主義者だ）

ア theo　イ ăn chay　ウ tỏ　エ giới thiệu　オ thiếu

問題Ⅲ　日本語と同様の意味になるようベトナム語を並べかえなさい。

1. anh ta / đánh / **không phải là** / tôi / đâu　（私が彼を叩いたわけじゃありません）
→ **Không phải là** ______________________________.

2. người Nhật / sẽ / thường / một kỳ nghỉ / **hầu hết** / có / dài
（ほとんどの日本人は普通長い休みをとるの）
→ **Hầu hết** ______________________________.

3. ở / cậu / **quê** / Nagoya, / đúng không　（あなたの故郷は名古屋だったでしょ？）
→ **Quê** ______________________________?

4. ăn / ở Việt Nam, / **tôi** / loại hoa quả / nhiều / thường / như là sầu riêng này, / thanh long này　（私はいつもベトナムでたくさんの果物を食べています、ドリアンとかドラゴンフルーツとか）
→ **Tôi** ______________________________.

問題IV 以下はホーチミン主席（Chủ tịch Hồ Chí Minh, Hồ Chủ tịch）の「遺言 Di chúc」の冒頭部分である。これを読んで質問に答えなさい。

Cuộc chống Mỹ, cứu nước của nhân dân ta dù phải kinh qua gian khổ, hy sinh nhiều hơn nữa, song nhất định thắng lợi hoàn toàn.

Đó là một điều chắc chắn.

Tôi có ý định đến ngày đó, tôi sẽ đi khắp hai miền Nam Bắc, để chúc mừng đồng bào, cán bộ và chiến sĩ anh hùng; thăm hỏi các cụ phụ lão, các cháu thanh niên và nhi đồng yêu quý của chúng ta.

Kế theo đó, tôi sẽ thay mặt nhân dân ta đi thăm và cảm ơn các nước anh em trong phe xã hội chủ nghĩa, và các nước bầu bạn khắp năm châu đã tận tình ủng hộ và giúp đỡ cuộc chống Mỹ, cứu nước của nhân dân ta.

Câu hỏi 1：Theo Hồ Chủ tịch, cuộc chống Mỹ, cứu nước sẽ có kết quả như thế nao? Lựa chọn một phương án thích hợp nhất.

① nhiều gian khổ nhưng sẽ không thắng lợi

② nhiều gian khổ nhưng sẽ thắng lợi

③ nhiều gian khổ nhưng sẽ chỉ thắng lợi một phần ở miền Bắc thôi

Câu hỏi 2：Hồ Chủ tịch viết “đến ngày đó”, “ngày đó” là ngày nào? Lựa chọn một phương án thích hợp nhất.

① ngày thắng lợi hoàn toàn

② ngày đi khắp hai miền Nam Bắc

③ ngày chúc mừng đồng bào, cán bộ và chiến sĩ anh hùng

Câu hỏi 3：Hồ Chủ tịch nói “sẽ thay mặt” ai “đi thăm và cảm ơn các nước anh em trong phe xã hội chủ nghĩa, ...”? Lựa chọn một phương án thích hợp nhất.

① thay mặt nhân dân thế giới

② thay mặt nhân dân Việt Nam

③ thay mặt nhân dân các nước anh em

《和訳》

我が人民の抗米救国事業は、さらに多くの辛苦と犠牲を経なければならないけれども、しかし必ずや完全に勝利するでしょう。

それは確実なことです。

その日が来たら、私は南部北部をくまなくまわって、同胞、幹部、そして英雄的な戦士にお祝いを伝え、私たちの敬愛するお年寄り、青年たち、そして児童たちを訪ねるつもりです。

それに続けて、私は我が人民を代表して、社会主義陣営の兄弟国と、我が人民の抗米救国闘争の事業を真心を込めて擁護し援助した五大陸の友好国を訪問して感謝を伝えます。

コラム：ベトナムの元号

ベトナムは千年余の間、中国に支配された歴史があり、中国の漢字文化がベトナム社会に現在でも根付いている部面がある。ベトナムは漢字文化圏に属しているわけだが、その証左としては「箸文化」や「判子文化」の存在、「姓名の構成が漢字３文字（9課コラム参照）であること」などがあるが、「元号」の存在もその証左の一つと言って良いだろう。中国の支配から独立して間もない西暦970年に、時の丁王朝（triều Đinh）が「Thái Bình：太平」という元号を使用し、以来、阮王朝（triều Nguyễn）の1945年当時の元号「Bảo Đại：保大」を最後にベトナムの元号の歴史は閉じられたという。

元号はベトナム語でniên hiệu《年号》。日本語でも「元号」を「年号」ともいう。手元のベトナム語辞書（TỪ ĐIỂN TIẾNG VIỆT, nhà xuất bản Đà Nẵng, 2007）を引いてみると、以下のような語釈となっている。(一部を抜粋)

niên hiệu年號：d. tên hiệu của vua đặt ra để tính năm trong thời gian mình trị vì. *Nguyễn Huệ lấy niên hiệu là* Quang Trung.

（訳）niên hiệu年號：名詞。自らが統治した時期の中の年を数えるために皇帝が名付けた号名。*グエン・フエは*光中*という年号を採用した*。

ベトナムの元号は皇帝によって定められ、日本同様、「太」「平」「光」などの美しい意味の漢字が選ばれていたことが分かる。

Bài 8

基本文型・基本文法　Mẫu câu và Ngữ pháp cơ bản

1．**hầu như không ～：ほとんど～ない**
Ít nhất thì anh hầu như không ăn.
少なくとも僕はほとんど食べないね。

2．**không chỉ ～ mà còn …：～だけでなく…も**
Phở không chỉ bổ dưỡng mà còn không làm nặng bụng, anh nhỉ.
フォーは栄養があるだけでなく、お腹にやさしいですからね。

3．**thích ～ hơn：～がより好きだ**
Em thích phở nào hơn?
どっちのフォーが好き？

4．**心的態度を表す文末詞 ～ chứ!：～に決まってる（じゃない）！**
'Trứng lòng đào' chứ!
「半熟卵」に決まってるじゃない！

5．**dù を用いた表現**
Dù trời có sập thì anh cũng không ăn phở với trứng luộc đâu.
たとえ天が崩れ落ちて来ても、フォーは茹で卵とは食べないね。

6．**mong ＋文：～を楽しみにしている**
Em mong lần sau sẽ được thử thêm nhiều món ăn Việt Nam khác.
次回、ほかのたくさんのベトナム料理にトライできることを楽しみにしています。

Hội thoại Ăn phở buổi sáng -15

〈ở trong quán phở〉

Yui : Anh Minh ơi, người Việt Nam không ăn phở vào buổi tối, phải không ạ?

Minh : Ừ đúng thế, ít nhất thì anh **hầu như không** ăn. Anh nghĩ phở là một món ăn sáng. Nhân viên văn phòng, trên đường đi làm, thường ghé vào quán phở, ăn một bát, rồi đi đến công ty.

Yui : Vậy ạ. Phở **không chỉ** bổ dưỡng **mà còn** không làm nặng bụng, anh nhỉ.

Minh : Ừ. Đây là quán chuyên phở bò nên chỉ có phở bò thôi.
Phở bò và phở gà, em **thích** phở nào **hơn**?

Yui : Em thích cả hai.
Không phải người Việt Nam thường ăn sáng ở nhà, hả anh?

Minh : Ừ. Gia đình có con nhỏ thì thường ăn sáng ở nhà.
Ngoài phở ra, còn có 'bún chả', 'bánh mì', 'miến' và 'cháo'... Quán bán đồ ăn sáng thường mở cửa từ buổi sáng sớm.
A, phở đến rồi.

Yui : Ôi, trông có vẻ ngon quá!

Minh : Này, em vắt chanh vào đi.

Yui : Vâng. Đúng là cho chanh vào thì phở thơm hơn, anh nhỉ. Em thì thích ăn một chút tỏi và ớt nữa.

Minh : Em có thích trứng không? Nếu gọi cô thì cô sẽ mang trứng đến đấy.

Yui : Ôi, có thể ăn trứng cùng với phở ạ. Em đã ăn phở nhiều lần rồi mà không biết đấy. Trứng sống hay là trứng luộc ạ?

Minh : 'Trứng lòng đào' **chứ**!

Yui : Em thích trứng luộc chín hơn...nhưng mà thôi, anh gọi giúp em trứng lòng đào nhé.

Minh : OK. Cô ơi, cho cháu 2 trứng chần.
Dù trời có sập **thì** anh cũng không ăn phở với trứng luộc đâu.

Yui : Hôm nay ăn ngon quá! Đây là tiền phở...

Minh : Lần này em không cần trả, để anh trả cho.

Yui : Cảm ơn anh. Vậy lần sau em sẽ mời anh ạ.
Em **mong** lần sau sẽ được thử thêm nhiều món ăn Việt Nam khác.

会話　朝食にフォー

〈フォーの店内で〉

Yui　：ミンさん、ベトナムの人は晩にはフォーを食べないんですよね？

Minh：うん、そのとおり、少なくとも僕はほとんど食べないね。フォーは朝の食べ物だと思うんだ。会社員は通勤途中にフォーの店に寄って、1杯食べてから会社に行くんだ。

Yui　：そうですか。フォーは栄養があるだけでなく、お腹にやさしいですからね。

Minh：うん。ここは牛肉のフォーの専門店だから牛肉のフォーしかないんだ。
牛肉のフォーと鶏肉のフォーと、どっちのフォーが好き？

Yui　：私はどちらも好きです。
ベトナムの人は普通朝ご飯を家で食べるのではないんですよね？

Minh：うん。小さい子どもがいる家庭は普通家で食べると思うけど。
フォーのほかに、「ブンチャー」、「バインミー」、「春雨」、「お粥」があるし……。
朝ご飯が食べられる店は朝早くから開いてるんだ。
あっ、フォーが来たね。

Yui　：わー、おいしそう！

Minh：さっ、ライムを搾(しぼ)ってね。

Yui　：はい。やっぱりライムを入れるとフォーはいい香りになりますね。私はさらにニンニクと唐辛子を少し加えるのが好きです！

Minh：ユイは卵が好き？　おばさんに言えば、卵を持って来てくれるよ。

Yui　：えっ、卵も一緒に食べられるんですか。もう何回もフォーを食べてるのに、そのことは知らなかったです。生卵、それとも茹で卵ですか。

Minh：「半熟卵」に決まってるじゃない！

Yui　：私はしっかりした茹で卵の方が好きなんですが……、半熟卵、注文お願いしまーす。

Minh：OK。おばさーん、卵二つください。
たとえ天が崩れ落ちて来ても、フォーは茹で卵とは食べないね。

Yui　：今日はとってもおいしかったです！　これ、フォーの代金……。

Minh：今回は君は払わなくていいよ、僕に払わせて。

Yui　：ありがとうございます。では、次回は私がご招待致します。
次回、ほかのたくさんのベトナム料理にトライできることを楽しみにしています。

語彙リスト　Bảng từ vựng　-16

会話

quán phở	《quán 館》	フォーの店
đúng thế		そのとおり（『初級』22課）
ít nhất		少なくとも
hầu như không 〜		ほとんど〜ない　⇒文法解説1
trên đường đi làm		仕事に行く途中
ghé vào		立ち寄る
bát		椀　một bát phở：フォー1杯
vậy ạ		そうですか
không chỉ 〜 mà còn …		〜だけでなく、…も　⇒文法解説2
bổ dưỡng	《補養》	栄養がある
không làm nặng bụng		胃がもたれない、胃もたれさせない
quán chuyên phở bò	《quán chuyên 館専》	牛肉フォーの専門店
thích 〜 hơn		〜がより好きだ　⇒文法解説3
cả hai		二つとも、どちらも
hả anh?		〜ではないんですよね？ ⇒13課文法解説3
miến		春雨
cháo		お粥
đồ ăn		食べ物
vắt		（レモン、洗濯物などを）搾（しぼ）る
chanh		ライム
tỏi		ニンニク
ớt		唐辛子
với 〜		〜と一緒に
trứng sống		生卵
trứng luộc		茹で卵（luộc：茹でる）
trứng lòng đào		半熟卵（lòng：黄身、đào：桃色の）

chứ		～に決まってる（じゃない） ⇒文法解説4
trứng chần		半熟卵（chần：沸騰したお湯に通す）
dù ～ thì …		たとえ～ても…（『初級』24課） ⇒文法解説5
sập		崩壊する、崩れ落ちる
trả		払う
để anh trả cho		私に払わせて　⇒13課文法解説4
vậy		それでは
lần sau		次回
mời		招待する
mong		望む、期待する、心待ちにする、願う ⇒文法解説6
được		（được＋動詞）話し手がいいと評価している動作であることを示す
thử		（thử＋動詞）～してみる ⇒13課文法解説5

文法解説

chuyển trường	《転場》	転校する
thằng bé		男の子
thông minh	《聡明》	聡明だ
ngoan ngoãn		親の言うことをよく聞いて素直だ
hiền lành		（性格が）穏やかだ、優しい
chim họa mi	《họa mi 画眉》	画眉鳥（がびちょう）
hót		（鳥が）鳴く
hay		上手だ、すばらしい
hiện tại	《現在》	現在、現時点
tương lai	《将来》	将来、未来
bảo vệ	《防衛》	守る、防衛する
hội thảo	《会討》	シンポジウム
thức ăn cho thú nuôi		ペットフード （thức ăn：餌　thú nuôi：ペット）

dầu		油
nhẹ		軽い
bài thơ		詩
áo sơ-mi		シャツ（sơ-mi は仏語 chemise から）
diệt vong	《滅亡》	滅亡する、滅びる
lỡ lời hẹn		約束の言葉を破る
say		（酒や乗り物に）酔う
ruột		血がつながった anh em ruột：血を分けた兄弟
thương		愛情深く思いやる、慈しむ
thành đạt	《成達》	（人生において）成功する、目的を達成する
chạy bộ	《bộ 歩》	ジョギングをする

練習問題

giữa đường		途中
trải qua		経験する
đồ chơi		おもちゃ
tiền tiêu vặt	《銭消物》	お小遣い
cà phê sữa		ミルクコーヒー
thế		文末詞（話者の心的態度を表す） ⇒9課文法解説3
thật à?		本当に？
vì sao		なぜ
học phí	《学費》	学費
bạn gái	《bạn 伴》	彼女、ガールフレンド

文法解説　Giải thích ngữ pháp

1．hầu như không ～：ほとんど～ない

本課会話にミンの以下の発話があります。

Ừ đúng thế, ít nhất thì anh hầu như không ăn.
うん、そのとおり、少なくとも僕はほとんど食べないね。

hầu như không ～の形式で「ほとんど～ない」となります。例を見ておきましょう。

・Tôi vừa mới chuyển trường nên hầu như không có bạn thân.
　転校してきたばかりなので、親しい友達はほとんどいません。
・Cả tuần này tôi hầu như không uống rượu.
　今週私はほとんどお酒を飲んでいません。

このhầu như không ～から否定語khôngを取ったhầu như ～（ほとんど～）の例も見ておきましょう。

・Hầu như tháng nào tôi cũng đi công tác ở Việt Nam.
　ほとんどどの月も私はベトナムに出張しています。
・Anh tôi hầu như chỉ ăn thịt.　私の兄はほとんど肉しか食べません。
・Chuyện đó, hầu như ai cũng đã biết.
　その話は、ほとんど誰もが既に知っています。

この形式の疑問文を確認しておきます。

・Có phải anh của bạn hầu như chỉ ăn thịt không?
　あなたのお兄さんはほとんど肉しか食べませんか。
・Có phải cả tuần này anh hầu như không uống rượu không?
　今週あなたはお酒をほとんど飲んでいませんか。

2．không chỉ ～ mà còn …：～だけでなく…も

会話文に次の発話があります。

Phở không chỉ bổ dưỡng mà còn không làm nặng bụng, anh nhỉ.
フォーは栄養があるだけでなく、お腹にやさしいですからね。

『初級』24課でkhông những ～ mà còn … の形で「～だけでなく、…も」の意味を表すことを学びました。「không những ～ mà còn …」には、ほかに「**không chỉ** ～ **mà còn** …」「**chẳng những** ～ **mà còn** …」の形式があり、「～だけでなく、…も」の意味で同様に使用できます。即ち、**mà còn**に先立って共起する語にはkhông những、không chỉ、chẳng nhữngの三つがあり、この**mà còn**グループの場合、**mà còn**の後ろには名詞以外の要素（形容詞と動詞句など述語となる成分、あるいは副詞的語句）が置かれるのが普通です。**không chỉ** ～ **mà còn** … を使った例を見てみましょう。

・Thằng bé này **không chỉ** thông minh **mà còn** ngoan ngoãn.
　この男の子は聡明なだけでなく、親の言うことをよく聞くいい子です。

・Con gái anh Vinh **không chỉ** hiền lành **mà còn** học giỏi.
　ヴィンさんの娘さんはやさしいだけでなく、勉強もよくできます。

・Con chim họa mi này **không chỉ** đẹp **mà còn** hót rất hay.
　この画眉鳥は美しいだけでなく、とても上手に鳴きます。

・**Không chỉ** vì hiện tại, **mà còn** vì tương lai, chúng ta cần bảo vệ môi trường.
　現在のためだけでなく、未来のためにも、我々は環境を守らねばならない。

「không những / chỉ ～ mà còn …」と類似した形式に「**không những** ～ **mà cả** …」「**không chỉ** ～ **mà cả** …」があります。この二つの形式も「～だけでなく、…も（含めて）」の意味を表します。

・Hội thảo này **không những** thầy cô giáo **mà cả** học sinh cũng có thể tham dự.　このシンポジウムは教員だけでなく、生徒も参加することができます。

・**Không chỉ** chó **mà cả** mèo cũng thích ăn loại thức ăn cho thú nuôi này.
　犬だけでなく猫もこのペットフードが好きです。

この**mà cả**グループの場合は「**名詞**$_1$だけでなく**名詞**$_2$も」となるのが普通です。つまり、最初に紹介した**mà còn**グループが**名詞以外**を、**mà cả**グループが**名詞**を担当しています（**mà còn**＋形容詞／動詞句／副詞的要素、**mà cả**＋名詞）。なお、không những ～ mà còn … にcảを加えた「**không những** ～ **mà còn cả**＋**名詞**」の形式には「～だけでなく、…までも」のニュアンスが生じる場合もあります。この形式のまとまり全体が主語の役割を果たす時はcònは脱落します（『初級』24課）。

・Ở hiệu sách này có bán không những tạp chí trong nước mà còn cả tạp chí nước ngoài.　この本屋では国内の雑誌だけでなく、外国雑誌までも販売しています。
・Không những tôi mà cả chị Hoa cũng bị thầy Sơn mắng.
私だけでなくホアさんもソン先生に叱られました。

3．thích ～ hơn：～がより好きだ

会話文に次の発話があります。

...em thích phở nào hơn?　どっちのフォーが好き？

比較表現については、『初級』14課で学びました。「～は…より…だ」の表現では「**形容詞＋hơn**」が基本の形です。

・Dầu nhẹ **hơn** nước.　油は水より軽い。
・Anh Vinh cao **hơn** anh Hảo.　ヴィンさんはハオさんより背が高い。
・Cái này đẹp **hơn** cái đó.　これの方がそれよりきれいです。

Bài 8

thích（好む、好きだ）は動詞ですが、tôi **rất** thích ～ と rất を前置できるように形容詞としての振る舞いも有する語です。「…より～が好きだ」「どちらがより好きか」の例を確認しましょう。

・Tôi rất thích bài thơ này.　私はこの詩が大好きです。
・Tôi thích mèo hơn chó.　私は犬より猫が好きです。
・Rượu vang đỏ và rượu vang trắng, chị thích rượu vang nào hơn?
赤ワインと白ワイン、どちらのワインが好きですか。
・Anh thích cái nào hơn?　あなたはどちらがより好きですか。
Tôi thích cái này hơn cái đó.　私はこれの方がそれより好きです。
（cf. Tôi thích cả hai. 二つとも好きです。）
・Chị thích cá hay thịt hơn?　魚と肉と、どちらが好きですか。

また、thích は動詞句を後置して「～するのが好きだ」とすることができます。

・Tôi thích đọc sách.　私は読書が好きです。
・Tôi rất thích đi du lịch đến vùng quê có ruộng bậc thang.
私は棚田がある田舎に旅行するのが大好きです。

4．心的態度を表す文末詞 ～ chứ!：～に決まってる（じゃない）！

文末に置かれるchứは、話し手の心的態度（それはもちろん当然のこと、決まってることだ、その逆は有りえない）を表します。会話文の中にあるchứを見てみましょう。

Yui　：Trứng sống hay là trứng luộc ạ?　生卵、それとも茹で卵ですか。
Minh：'Trứng lòng đào' chứ!　「半熟卵」に決まってるじゃない。

フォーには卵も入れて食べることがあるということを初めて知ったユイは、ミンに「(フォーに入れるのは) 生卵、それとも茹で卵？」と質問します。それに対してミンは「(入れるのは) 半熟卵に決まってる」、「生卵も茹で卵も有りえない！」という気持ちを、chứを文末に添えて伝えています。例を見ておきましょう。

・A：Tôi ăn cái này, được không?　これ、食べてもいいですか。
　B：Được chứ!　いいに決まってるじゃない。
・A：Tôi mặc thử cái áo sơ-mi này, được không?
　　このシャツ、試着してもいいですか。
　B：Dạ, được chứ!　はい、もちろんです。

5．dùを用いた表現

会話文に次の発話があります。

Dù trời có sập thì anh cũng không ăn phở với trứng luộc đâu.
たとえ天が崩れ落ちて来ても（天地がひっくり返っても)、フォーは茹で卵とは食べないね。

『初級』24課で紹介しましたが、dù ～ thì … vẫn ～、あるいはdù ～ thì … cũng không ～のように呼応して「たとえ～ても…する」、「たとえ～ても…しない」となり、譲歩の意味を表します。dù ～の節内の述語については「**có**＋動詞」が原則であることも紹介しました。例を見ておきましょう。

・Dù ngày mai trời có mưa to thì tôi vẫn đi leo núi.
　たとえ明日大雨が降っても、私は山に登ります。
・Dù có chết thì anh cũng không bao giờ rời xa em.
　たとえ死んでも、僕は決して君から離れないよ。

・Dù trái đất có diệt vong thì tôi cũng không lỡ lời hẹn của chúng ta.
たとえこの世が終わっても、私は私たちの約束を破りません。

このdù ～ thì … は英語のeven if（たとえ～ても）ですが、これに関連してeven though（～したのに…だ）の表現も紹介しましょう。dù ～ nhưng (mà) …、あるいはdù ～ thế mà …（『初級』18課）という呼応になります。例を見てみましょう。

・Dù đã uống nhiều rượu nhưng anh ta vẫn chưa say.
たくさんお酒を飲んだのに、彼は依然として酔ってません。

・Dù không phải là chị em ruột nhưng mà / thế mà hai người đó rất thương nhau.　血を分けた姉妹ではないのに、二人はとても慈しみ合っている。

Bài 8

6．mong＋文：～を楽しみにしている

mongは「望む、待ち望む、心待ちにする、期待する」という意味の動詞です。目的語の名詞、名詞＋修飾語を後ろに置いて、次のように使うことができます。

・Bố mong thư của con trai.　父親は息子の手紙を心待ちにしています。

・Chúng tôi đều mong ngày anh chị kết hôn.
私たちは皆、お二人が結婚する日を心待ちにしています。

また、mongに文を後接させて、「～すること、～であることを望む／期待する／願う」を表します。

・Tôi rất mong con gái sẽ thi đỗ trường đại học ABC.
私は娘がABC大学に合格することを強く望んでいます。

・Anh ấy mong chị ấy sẽ hạnh phúc.　彼は彼女の幸せを望んでいる。

・Chị ấy mong anh ấy sẽ trở nên thành đạt trong cuộc sống.
彼女は彼が人生において成功することを願っている。

この課には次の発話がありました。

Em mong lần sau sẽ được thử thêm nhiều món ăn Việt Nam khác.
次回、ほかのたくさんのベトナム料理にトライできることを楽しみにしています。

以下は3課の会話文です。**mong**の前にはcháuが省略されていて、「私は望みます、おばさんが私を支援することを」という構造です。

・Cháu muốn thuê nhà, mong cô giúp đỡ cháu.
　部屋をお借りしたいんですが、どうぞよろしくお願いします。

mong（望む）、muốn（欲する）、thích（好む、好きだ）、ghét（嫌う）など、**感情を表す動詞**にはrất（とても）を前に置くことができます。rấtは通常、形容詞に前接して、rất ngon（とてもおいしい）、rất đẹp（とてもきれい）、rất buồn（とても悲しい）などと使われますが、感情動詞群にも前接可能です。

・Tôi rất mong sẽ được gặp lại bạn.　私はあなたとの再会を心から望んでいます。
・Tôi rất muốn đi ra nước ngoài.　私は外国にすごく行きたいです。
・Anh ấy rất thích chạy bộ.　彼はジョギングがとても好きです。

mongは『初級』19課ではmong muốn（望む、願う）という形で紹介されています。

Tôi chỉ mong muốn con tôi về nước an toàn thôi.
子どもが無事に帰国することだけを願っています。

練習問題　Bài luyện tập

問題Ⅰ　次の（　　）に最も適当な動詞を［　　］から選んで書きなさい。

1. Anh hãy cho tôi biết cách (　　　) món ăn trong nhà hàng.
（レストランでの料理の注文のしかたを教えてください）
2. Anh ấy đã (　　　) chanh vào bát phở gà.（鶏のフォーにライムを搾（しぼ）った）
3. Giữa đường về nhà, tôi đã (　　　) hiệu sách.（帰宅途中、本屋に立ち寄った）
4. Lần này em không cần (　　　) tiền.（お金を払わなくていい）
5. Dù trời có (　　　) thì anh cũng không ăn phở với trứng luộc đâu.
（たとえ空が崩れ落ちても）
6. Ngày mai chị ấy đến Việt Nam để (　　　) hội thảo quốc tế.
（国際シンポジウムに参加する）
7. Bố tôi rất (　　　) tôi xin được việc.（父は私が就職できることを望んでいる）

ア vắt　イ gọi　ウ trả　エ sập　オ ghé vào　カ tham dự　キ mong

問題Ⅱ　次の（　　）に適当な語を［　］から選んで書きなさい。

1. Ai cũng đã từng (　　　) một lần trải qua một vấn đề như thế này.
   （誰もが少なくとも1回はこのような問題を経験している）
2. Bác ấy không chỉ mua đồ chơi (　　　) cho cháu tiền tiêu vặt.
   （あのおじさんは孫におもちゃを買うだけでなくお小遣いも与えた）
3. A：Được không?（いい？）
   B：Được (　　　)!（いいに決まってるよ）

ア ít nhất　イ chứ　ウ mà còn

問題Ⅲ　日本語と同様の意味になるようベトナム語を並べかえなさい。

1. chuyển trường / hầu như không / **tôi** / bạn thân / vừa mới / nên / có
   （私は転校してきたばかりなので、親しい友達はほとんどいません）
   → **Tôi** ________________________________.
2. thích / hơn / **chị** / cái nào　（どちらがより好きですか）
   → **Chị** ________________________________?
3. học giỏi / anh Bình / hiền lành / không chỉ / **con gái** / mà còn
   （ビンさんの娘さんはやさしいだけでなく勉強もよくできる）
   → **Con gái** ________________________________.
4. thì / **dù** / có diệt vong / trái đất / anh / sẽ tiếp tục / em / cũng / yêu
   （たとえ地球が滅亡しても、僕は君をずっと愛し続ける）
   → **Dù** ________________________________.
5. thành đạt / sẽ / **tôi** / chị ấy / mong / rất / trở nên / trong cuộc sống
   （私は彼女が人生において成功することをとても強く望んでいます）
   → **Tôi** ________________________________.

問題Ⅳ 次の対話文「カフェにて」を読んで、質問に答えなさい。

Tiến ：ティエン（ハノイ市内の大学3年生）

Uyên：ウエン（ハノイ市内の大学3年生）

Ở quán cà phê

Tiến ：Chào Uyên, đợi mình lâu chưa?

Uyên：Chào Tiến, mình cũng vừa đến đây.

Tiến ：Uyên uống gì?

Uyên：Mình uống cà phê sữa. Còn cậu?

Tiến ：Mình thì... cappuccino.

Bạn ơi, ... cho mình một cappuccino và một cà phê sữa.

Nhân viên：Vâng ạ. Anh chờ một chút ạ.

Uyên：Tiến ơi, cho mình hỏi một chút, có được không?

Tiến ：Ừ, được chứ, chuyện gì thế?

Uyên：Cậu định đi du học ở Nhật thật à?

Tiến ：Ừ, mình muốn đi nhưng chưa quyết định chắc chắn.

Uyên：Vì sao thế?

Tiến ：Vì có vấn đề về học phí, rồi chọn trường đại học, rồi một số vấn đề khác nữa.

Uyên：Vấn đề khác là vấn đề gì?

Tiến ：Vấn đề... vấn đề bạn gái...

Câu hỏi 1：Trong hai người này, người nào đến quán cà phê sớm hơn?

______________________________.

Câu hỏi 2：Ở quán cà phê, Uyên gọi gì?

______________________________.

Câu hỏi 3：Tiến muốn đi du học ở nước nào?

______________________________.

Câu hỏi 4：Tiến có vấn đề như thế nào?

______________________________.

《和訳》　カフェにて

Tiến　：やあ、ウエン、長く待った？
Uyên：はーい、ティエン、私も来たばかりよ。
Tiến　：ウエンは何を飲む？
Uyên：私、ミルクコーヒーにするわ。あなたは？
Tiến　：僕は……カプチーノ。
すいません、店員さん、……カプチーノとミルクコーヒーください。
Nhân viên：はい。少々お待ちください。
Uyên：ティエン、ちょっと聞いてもいい？
Tiến　：うん、いいに決まってるよ、何の話なの？
Uyên：あなた、日本に留学するつもりって、本当なの？
Tiến　：うん、僕は行きたいけど、必ず行くとはまだ決めてないんだ。
Uyên：どうしてなの？
Tiến　：学費の問題もあるし、それから大学を選ぶこともあるし、それから別の問題も幾つかあるんだ。
Uyên：別の問題って何の問題？
Tiến　：問題っていうのは……彼女の……。

コラム：漢字文化圏のベトナム

ベトナム語に‘bán tín bán nghi’という漢越語（từ Hán Việt）があります。四字熟語で「半信半疑」。日本語と同様の意味です。ベトナムが漢字圏に属することは7課のコラムにも書きましたが、漢字を使用していた証拠として「漢越語」の存在も忘れてはなりません。

日本語が和語・漢語・外来語から構成されているのと同様に、ベトナム語は純粋ベトナム語・漢越語・外来語から構成されています。「漢越語」は日本語の「漢語」にあたります。「漢越語」と「漢語」は発音に関しても、その意味に関しても、共通点をたくさん有しています。上記の‘bán tín bán nghi’「半信半疑」もその一つの例です。「漢越語」と「漢語」はもちろん類似点の方が多いのですが、全ての語が意味において100%重なっているというわけではありません。例えば、漢越語‘nhạc sĩ’「楽士」。「楽士」は日本語では劇場などに所属する音楽の演奏家の意味ですが、現代ベトナム語では「作曲家、音楽家」の意味で使われています。漢越語には「日本語と意味が完全に一致している語（ex. triết học：哲学、bệnh viện：病院）」、「日本語と一部一致しているが、一部異なっている部分がある語（ex. chủ quan：①主観 ②油断する」）、そして「完全に離れている語（ex. nhạc sĩ：作曲家、音楽家）」の3種類があります。

ベトナムは漢字文化圏の国の中で表記文字としてアルファベットを採用した唯一の国ですが、表意文字としての漢字から離れたことで、語の意味が「拡大」したり、別の意味になったりする可能性が広がったという見方もできます。上に紹介したchủ quan《主観》に「油断する」という意味があることもその例ですし、thông đạt《通達》に①通達する ②（物事に）通じている（詳しく知っている）、という例もあります。

Bài 9

基本文型・基本文法　Mẫu câu và Ngữ pháp cơ bản

1．**～ có nghĩa là …：～とは…ということだ**
'Tri ân' có nghĩa là gì?
「tri ân」ってどういう意味？

2．**chẳng phải là ～ rồi à!：もう～じゃないの！**
Chẳng phải là tuần sau rồi à!
もう来週じゃないの！

3．**心的態度を表す ～ thế / vậy / đấy?：～の？**
Bình thường mọi người làm gì thế?
普通はみんなどんなことするの？

4．**người taについて**
Mình đã thấy người ta treo nhiều băng-rôn "Chào mừng Ngày nhà giáo Việt Nam 20-11!" trên đường. Hóa ra là vậy.
私、道で「Chào mừng Ngày nhà giáo Việt Nam 20-11!」っていう横断幕がかけてあるのをたくさん見かけたけど、なるほどそういうことね。

5．**nhân dịp ～：～の機会に**
Nhân dịp 'Ngày nhà giáo Việt Nam', ...
「ベトナムの教師の日」に際して、……

Hội thoại Ngày nhà giáo Việt Nam -17

Uyên : Yui, cậu có biết 'Ngày nhà giáo Việt Nam' không?

Yui : Không, mình không biết. Đó là ngày gì?

Uyên : 'Ngày nhà giáo' là ngày học sinh tri ân thầy cô.

Yui : 'Tri ân' có nghĩa là gì?

Uyên : 'Tri ân' có nghĩa là 'bày tỏ lòng biết ơn'.
Ngày 20 tháng 11 hàng năm là 'Ngày nhà giáo Việt Nam' đấy.

Yui : Hả, chẳng phải là tuần sau rồi à! Mình đã thấy người ta treo nhiều băng-rôn "Chào mừng Ngày nhà giáo Việt Nam 20-11!" trên đường. Hóa ra là vậy.

Uyên : Ừ, đúng rồi.

Yui : Vậy thì chúng mình có tổ chức gì cho cô Lan và thầy Sơn không? Bình thường mọi người làm gì thế?

Uyên : Ừ, hồi cấp 2, bọn mình đến nhà thầy cô chơi, rồi tặng quà. Thầy cô thì đãi bọn mình nhiều món ăn ngon.

Yui : Thế à. Nhật Bản bây giờ không có văn hóa đó.
Uyên, ngày 20 tháng 11, cậu có kế hoạch gì không? Mình thì rảnh cả ngày hôm đó.

Uyên : Buổi sáng, mình định đến nhà cô giáo cấp 3 với bạn. Buổi chiều thì mình rảnh.

Yui : Không chỉ giáo viên đang học bây giờ mà cả giáo viên cũ nữa à! Nghề nhà giáo ở Việt Nam được coi trọng nhỉ. Vậy thì, buổi chiều chúng mình đến nhà cô Lan và thầy Sơn nhé. Quà thì làm thế nào đây?

Uyên : Thế chúng mình tặng cô Lan một bó hoa và vải may áo dài, thầy Sơn thì tặng cà-vạt, cậu thấy thế nào?

Yui : Good idea!

〈tại nhà cô Lan〉

Uyên : Nhân dịp 'Ngày nhà giáo Việt Nam', chúng em chúc cô luôn mạnh khỏe, thành đạt và công tác tốt ạ. Chúng em có món quà này tặng cô ạ.

Lan : Cô cảm ơn. Hoa đẹp quá! Nào, hai em vào nhà ngồi chơi.
Yui, em đã quen với cuộc sống ở Hà Nội chưa?

Yui : Vâng, em quen rồi ạ. Vì em đang ở cùng khu nhà trọ với Uyên nên được bạn ấy giúp đỡ rất nhiều.

Lan : Vậy à. Vậy thì tốt quá. Uyên, em cũng cố gắng đi du học Nhật Bản đi nhé.

Uyên : Vâng ạ, em sẽ cố gắng.

会話　ベトナムの教師の日

Uyên：ユイ、「ベトナムの教師の日」って知ってる？
Yui　：ううん、知らない。それって何の日？
Uyên：「教師の日」は生徒が先生たちにtri ânする日のこと。
Yui　：「tri ân」ってどういう意味？
Uyên：「tri ân」っていうのは、「感謝する気持ちを表す」っていうこと。毎年11月20日はベトナムの「教師の日」よ。
Yui　：えー、もう来週じゃないの！　私、道で「Chào mừng Ngày nhà giáo Việt Nam 20-11!」っていう横断幕がかけてあるのをたくさん見かけたけど、なるほどそういうことね。
Uyên：うん、そのとおり。
Yui　：じゃあ、私たち、ラン先生とソン先生に何かする？　普通はみんなどんなことするの？
Uyên：うん、中学生の頃は、私たち、先生の家に遊びに行って、そして先生にプレゼントを贈ったの。先生の方は私たちにたくさんのおいしい料理をごちそうしてくれたのよ。
Yui　：そうなんだ。今の日本にはその文化はないわ。
ウエン、11月20日、あなた何か予定ある？　私はその日一日中、空いてるよ。
Uyên：午前中は、高校の時の先生の家に友達と行くつもり。午後は大丈夫だよ。
Yui　：今習ってる先生だけじゃなくて、昔の先生も！　ベトナムでは教師という職業が重要視されてるんだね。じゃあ、私たち、午後にラン先生とソン先生の家に行こうね。プレゼントはどうする？
Uyên：だったら、ラン先生にはお花とアオザイの布、ソン先生にはネクタイっていうのはどう思う？
Yui　：グッドアイディア！

〈ラン先生の家で〉
Uyên：「ベトナムの教師の日」に際して、先生のご健康とご成功、そしてお仕事がうまく進むことをお祈り致します。私たちからのプレゼントです。
Lan　：ありがとう。きれいな花！　さあ、二人とも入ってかけて。
ユイ、もうハノイの生活に慣れた？
Yui　：はい、もう慣れました。ウエンと一緒の下宿にいるので、いつもたくさん助けてもらってます。
Lan　：そうなのね。だったら良かったわ。ウエン、あなたも頑張って日本に留学してね！
Uyên：はい、私、頑張ります！

語彙リスト　Bảng từ vựng　-18

会話

nhà giáo	《giáo 教》	教師、教育者
tri ân	《知恩》	恩に感謝する
có nghĩa là ～	《nghĩa 義》	～ということだ、～という意味だ　⇒文法解説1
bày tỏ		表明する
chẳng phải là ～ rồi à!		もう～じゃないの！　⇒文法解説2
người ta		人たち、人々　⇒文法解説4
băng-rôn		横断幕（仏語banderoleから）
chào mừng		祝う
hóa ra là ～		何かと思えば～だ
hóa ra là vậy		なるほどそういうことだ（合点がいった気持ち。hóa ra là (như) thế とも言う）
đúng rồi		そのとおりだ、正解だ（『初級』22課） ⇒13課文法解説2
cô Lan	《lan 蘭》	ラン先生
bình thường	《平常》	通常は
～ thế?		～の？　⇒文法解説3
hồi ～		～の頃
bọn mình		私たち
quà		プレゼント、お土産
đãi	《待》	ごちそうする、接待する
nghề nhà giáo		教師という職業
coi trọng		重要視する、大切にする
thế		じゃあ（thế thì とも言う）
vải		布
cà-vạt		ネクタイ（ca-ra-vát とも言う、仏語cravateから）
nhân dịp		～の機会に　⇒文法解説5
chúng em	《chúng 衆》	私たち（生徒、学生は先生に対して自分のことをemと言う）

luôn		いつも、常に
công tác	《工作》	仕事
quen với ～		～に慣れる
khu nhà trọ		下宿、アパート

文法解説

cụm từ	《từ 辞》	語句
không phát hiện	《phát hiện 発現》	検知（検出）できない
tồn tại	《存在》	存在する
tớ		私（親しい間柄で。tớ に対応する「あなた」は cậu）
ơ		おー（驚いた時に発する）
đặc biệt	《特別》	特別な
ai ai cũng ～		誰もが～
quét dọn		掃除する
sạch sẽ		清潔な
nhổ		抜く
cỏ		草
kỷ niệm	《紀念》	思い出、記念
lên kế hoạch	《kế hoạch 計画》	計画を立てる
dồi dào		充分な、豊かな
vạn sự như ý	《万事如意》	万事が思い通り
sự	《事》	名詞化する働きを持つ　sự giúp đỡ：援助 ⇒14課文法解説1

練習問題

quyết tâm	《決心》	決心、決意

Bài 9

文法解説　Giải thích ngữ pháp

1．〜 có nghĩa là …：〜とは…ということだ

nghĩaは「意味」という意味の語ですので、có nghĩa là 〜の形で「〜という意味を有している」が文字通りの意味です。この形式は『初級』24課で紹介しましたが、語・語句の意味を説明したり、あることを「定義する」場合などに使われます。例を見ておきましょう。

・Cụm từ này có nghĩa là gì?　この語句はどんな意味ですか。
・Cụm từ 'không phát hiện' có nghĩa là gì?
「không phát hiện」という語句はどんな意味ですか。
・A：Từ 'sống' có nghĩa là gì?　「生きる」とはどのようなことですか。
B：Có nghĩa là 'tồn tại'.　「存在する」ということです。

会話の中では「tri ân《知恩》」という語について説明しています。

'Tri ân' có nghĩa là 'bày tỏ lòng biết ơn'.
「tri ân」っていうのは、「感謝する気持ちを表す」っていうこと。

また、có nghĩa làのcóをとって、nghĩa là（〜というのは**つまり**）という使い方もあります。

・'Yêu' nghĩa là biết 'sống cho người khác'.
「愛」というのはつまり、「他者のために生きること」を知ることです。

2．chẳng phải là 〜 rồi à!：もう〜じゃないの！

chẳng phải là 〜 rồi à!「もう〜じゃないの！」の形は、話し手が聞き手から得た情報についてあることに気付き、その気付きに関して驚きをもっていることを伝える場合に発せられる形式です。文末の〜 à!（〜 à?も含めて）は、単独では話し手の「確認、疑問」などを聞き手に伝える役割を果たしており、親しい間柄の中で使われます。例を見ておきましょう。

・Lan ：Hoa ơi, ngày 14 tháng 3 mình dự định sẽ đi du học ở Mỹ đấy.
ねえホア、3月14日に私、アメリカに留学する予定なのよ。
Hoa：Hả, chẳng phải là tháng sau rồi à!　えー、もう来月じゃないの！

・Lan：Hoa ơi, hôm qua tớ đi xem phim 'Max' đấy.
ねえホア、昨日ね、私、「マックス」見てきたよ。
Hoa：Ơ, chẳng phải là cậu đã xem phim đấy 3 lần rồi à?
おー、あなた、その映画もう3回見たんじゃないの？

chẳng phải làはkhông phải làに置き換えることができます。

・Lan：Hoa ơi, mình quyết định chuyển phòng vào thứ bảy tới đấy.
ホア、私、今度の土曜に部屋を引っ越すことに決めたよ。
Hoa：Hả, không phải là sắp rồi à!　えー、もうすぐじゃないの！

3．心的態度を表す ～ thế / vậy / đấy?：～の？

ここで紹介するthếはđâu（どこ）、gì（何）、ai（誰）、sao（なぜ）、khi nào（いつ）などの疑問詞を使用した**疑問詞疑問文**の文末に置かれ、話し手の聞き手への働きかけ、「情報が欲しいです」「返事をください」などの話し手の心的態度を示します。このthếは「そのように」という意味がありますので、話し手が眼前にある物や状況について「そのような状況を認識しており、さらにその状況についての追加の情報を欲している」という、話し手の「心的態度」を聞き手に伝える役割を担っています。例を見てみましょう。

・Anh đi đâu thế?　どこに行くの？
・Em ơi, em đang làm gì thế?　ねえ、何してるの？
・Chị đang chờ ai thế?　誰を待ってるの？
・Sao em lại khóc thế?　どうして泣いてるの？
・Em đã đi Kyoto khi nào thế?　いつ京都に行ったの？

Anh đi đâu?は「どこに行きますか。」、Anh đi đâu thế?は「どこに行くの（ん）ですか。」の意味で、後者は話し手が「相手がどこかに行く」ということを認識していて、さらに追加の情報「どこへ？」を欲している場合の表現となっています。つまり、**thế**?は多くの場合、「～の（ん）ですか」と訳すことができます。日本語では**質問に答える側**も「～の（ん）です」を使えますが、ベトナム語では疑問文にのみ、～ **thế**?が用いられます。

・A：Chị đang chờ ai thế?　誰を待ってるの？
B：Tôi đang chờ anh Tiến.　ティエンさんを待ってるの。

・A：Cái này là cái gì thế?　これは何なの？

B：Đây là một loại trà đặc biệt của Trung Quốc.　これは中国の特別なお茶です。

このthếは2課で紹介したvậyと全て置き換えることができます。vậy?は中部・南部で比較的よく使用され、thế?は北部で比較的よく使用されるとされています（地域差）。

もう一つの語、～ đấy?（『初級』7課）、こちらには地域差は特にありません。đấyも疑問詞とともに用いられた場合にはthếとvậy同様に「～の（ん）ですか」の意味です。

・A：Em đi đâu đấy?　どこ行くの？（姉が妹に）

B：Em đi nhà bạn chơi.　友達の家に遊びに行くの。

・A：A-lô, con đang làm gì đấy?　もしもし、何してるの？（親が子に）

B：Con không làm gì cả. Con chỉ đang xem ti-vi thôi.

何もしてないよ。テレビ見てるだけ。

なお、thế?はđấy?より**丁寧度**が若干高く、目上の人に対して使用する場合、これら3語から選ぶとするとthế?が選ばれる傾向があります。

4. người taについて

このテキストにもたびたび登場する語、người taについて整理しましょう。まず、①「**この社会にいる一人一人の人、人というもの**」という意味があります。

・Người ta ai ai cũng lao động.　人は誰も働かねばならない。

・“Người ta sinh ra tự do và bình đẳng về quyền lợi, và phải luôn luôn được tự do và bình đẳng về quyền lợi.”「人は権利という面で自由かつ平等に生まれており、そして、権利として自由と平等を常に享受しなければならない。」（6課練習問題Ⅳ）

次に、②「**他人、世間の人**」という意味があります。**不特定多数の人々**です。伝聞のngười ta nói rằng ～「～と言われる」（『初級』23課）もこの使い方でしょう。

・Đừng làm thế, người ta cười cho.　そうしちゃだめ、人が笑うよ。

・Người ta nói là có con rồi thì mới hiểu tấm lòng cha mẹ.
子どもをもって初めて親の気持ちが分かると言われる。

さらに、②から派生した使用法で、不特定多数の人々ですが、ある範囲を指定する場合があります。この場合は日本語では、③「**〜の人たち**」という訳語が当たります。また、người ta を訳出しない方が自然な場合もあります。

・Ở Nhật, người ta làm gì vào dịp Obon?
日本の人たちはお盆にどんなことをするの？
（あるいは、「日本では、お盆にどんなことするの？」）（7課会話）

④として、「（その場にいる、あるいは、その場に関連した）**人たち、人々、皆**」の使い方です。対話の中で、話し手も聞き手も漠然としてではあってもイメージできる**人たち**です。

本課の会話に次の発話があります。④の使い方です。

Mình đã thấy người ta treo nhiều băng-rôn “Chào mừng Ngày nhà giáo Việt Nam 20-11!” trên đường. Hóa ra là vậy.
私、道で「Chào mừng Ngày nhà giáo Việt Nam 20-11!」っていう横断幕がかけてあるのをたくさん見かけたけど、なるほどそういうことね。

この **người ta** 以下の文字通りの訳は「（担当の）**人たち**が『〜という』たくさんの断横幕を吊り下げた」です。日本語では目に映る「横断幕」に焦点を当て、「横断幕がかけられている」「横断幕がかけてある」と描写し、「（担当の）人たち」を主語に立てることは少ないでしょう。一方、ベトナム語では「誰々と特定はできないが、ある状態を作り出した人で、話し手も聞き手もイメージできる人たち」に焦点を当て、**người ta** を用いることがあります。この使い方の例を見ておきましょう。

・Ồ, người ta treo nhiều áo dài đẹp quá!
わー、きれいなアオザイがたくさん並んでる！（4課会話）
・Công viên này người ta quét dọn sạch sẽ nhỉ.
この公園はきれいに掃除してあるね。
・Cánh đồng này người ta nhổ hết cỏ nhỉ.
この畑は草が全部抜いてあるね。

5．nhân dịp ～：～の機会に

nhân dịp ～ の形で「～に際して、～の機会に」の意味を表します。dịp は「機会、チャンス」（7課）で、nhân は「～による」の意味です。『初級』21課では Bánh chưng là một loại bánh mà được làm vào dịp Tết.（バインチュンというのはテトの時に作られるバインです。）が紹介されました。nhân dịp も vào dịp も同様の意味ですが、nhân dịp の方が**改まった表現**であり、かつ通常**1回限り**の「**機会**」に用いられ**文頭に置かれる**のが普通です。例を見ておきましょう。

・Nhân dịp 50 năm kỷ niệm ngày cưới, hai vợ chồng lên kế hoạch đi du lịch đến Việt Nam.　結婚50周年記念日に際して、夫婦はベトナム旅行を計画している。

・Nhân dịp 20 năm ngày thành lập công ty, giám đốc đã tặng cho mỗi nhân viên một chiếc đồng hồ đeo tay.
会社設立20周年に際して、社長は社員一人一人に腕時計を贈った。

・Nhân dịp năm mới, em chúc thầy và gia đình, một năm mới dồi dào sức khỏe, vui vẻ, hạnh phúc và vạn sự như ý.
新年に際しまして、先生とご家族の皆さまにとって、健康と喜び、幸福に満ち溢れ、万事が思い通りの一年でありますよう、お祈り申し上げます。

・Chúng ta được nghỉ bao nhiêu ngày vào dịp Tết lần này?
私たちは今回のテトに際して何日間休めるでしょうか。

練習問題　Bài luyện tập

問題Ⅰ　次の（　　）に最も適当な動詞を［　　］から選んで書きなさい。

1. Anh ấy đã（　　　）quyết tâm của mình.（彼は自身の決意を表明した）
2. Tôi đã bắt đầu（　　　）với công việc mới.（新しい仕事に慣れ始めた）
3. Anh Tanaka（　　　）ý kiến của vợ.（奥さんの意見を大切にしている）
4. Hôm qua tôi（　　　）bạn tôi món ăn Việt Nam.
（昨日友達にベトナム料理をごちそうした）

ア quen　イ đãi　ウ bày tỏ　エ coi trọng

問題Ⅱ　次の（　　）に最も適当な語を［　　］から選んで書きなさい。

1. Cụm từ này có nghĩa（　　　）gì?（この語句の意味は何ですか）
2. Nhân（　　　）'Ngày nhà giáo Việt Nam', chúng em chúc cô luôn mạnh khỏe.
（「ベトナムの教師の日」に際して）

3. Vinh ơi, anh đi đâu (　　　)?（ヴィンさん、どこに行くの？）

4. A：Ngày 20 tháng 11 hàng năm là 'Ngày nhà giáo Việt Nam' đấy.

   B：Hả, chẳng phải là tuần sau (　　　)!（もう来週じゃない！）

5. 'Những ngày nghỉ', (　　　) chủ nhật, ngày kỷ niệm, v.v..
   （「休日」というのは、つまり日曜日、記念日などだ）

ア nghĩa là　イ rồi à　ウ là　エ thế　オ dịp

問題Ⅲ　日本語と同様の意味になるようベトナム語を並べかえなさい。

1. đang / ai / **chị** / thế / chờ　（あなた、誰を待ってるの？）

   → **Chị** ________________ ?

2. tôi / **nhân dịp** / của / định / tặng / sinh nhật / vợ tôi, / bó hoa / cô ấy
   （妻の誕生日の折に、彼女に花束を贈ろうと思っている）

   → **Nhân dịp** ________________ .

3. người ta / **công viên này** / quét dọn / nhỉ / sạch sẽ
   （この公園、きれいに掃除してあるね）

   → **Công viên này** ________________ .

4. cậu / xem / đã / 3 lần / rồi à / phim đấy / **chẳng phải là**
   （あなた、その映画もう3回見たんじゃないの？）

   → **Chẳng phải là** ________________ ?

コラム：ニックネーム習慣

ベトナム人（多数民族のキン族）の姓名は漢字３文字から成るのが基本です。Hồ Chí Minh（胡志明）、Đặng Thái Sơn（鄧泰山）、Lê Công Vinh（黎功栄）など、「姓・ミドルネーム・名」の順番に配置されています（漢字2文字・4文字の場合もあるが、基本は3文字)。「姓名3文字」はベトナムが漢字文化圏に属していることの証左の一つであり、本家本元の中国、台湾、そして韓国朝鮮も同様の姓名の作り方をしています（日本だけが例外)。

夫婦別姓であり、結婚後も両者とも姓名に変更はありません。子どもに命名する場合には、その姓として通常は「父親の姓」を採用し、その姓にミドルネームと名前を加えます（法律では両親どちらの姓を採用してもかまわない)。例えば、父親Ngô Quang Vinh（呉光栄)、母親Lê Vân Hồng（黎雲紅）の場合、父親の姓Ngôをとって、生まれた男の子にはNgô Văn Hùng（呉文雄)、女の子にはNgô Thị Hiền（呉氏賢）などと名付けます。近年は両親の姓の両方を冠するなどして4文字に拡張するケースも増えていますが、その場合も子の姓は男親の姓とする場合が多いようです。上記の例の場合なら、男の子にNgô Lê Văn Hùng（呉黎文雄）と名付けることになります（ミドルネームはLê Văn)。

近年、ベトナムの人たちは生まれた子どもにニックネームを付与することが多々あるとのことです。通常、ニックネームはその人の本名に由来する場合と、その人の特徴・個性に由来する場合があります。日本でも、幸子（さちこ）ちゃんが「さっちゃん」、額の広い男の子が「でこちゃん」などと呼ばれることがありますが、これらは「本名」や「特徴」から派生した愛称です。ベトナムの場合はそのどちらでもないことも多いのですが、例えば、Đặng Thái Quỳnh Chi（女性）さんの場合、姉（Đặng Thái Quỳnh Mai)、そして本人、弟（Đặng Thái Văn Hùng）の３人兄弟で、それぞれ生まれた時からニックネームがあり、お姉さんはNa、本人はNi、弟さんはNoだとのことです。家族、ご近所さん、親戚の間では子どもの時から成人後までこのニックネームで呼ばれているそうです。

Bài 10

基本文型・基本文法　Mẫu câu và Ngữ pháp cơ bản

１．**không ～ ＋疑問詞＋cả：全く～ない**

Không tìm thấy con Mực ở đâu cả.

（犬の）ムックが見つからない。

２．**心的態度を表す文末詞 ～ ấy：～のよ**

Con Mực nhà cô đi đâu mất rồi ấy.

うちのムックがどこかに行っちゃったのよ。

３．**心的態度を表す文末詞 ～ mà：～けど**

Hả, lúc nãy mình vừa nhìn thấy nó trên đường về nhà mà!

えー、さっき、帰って来る途中で見かけたけど。

４．**動詞＋nhầm：～し間違える**

Cậu có nhìn nhầm không?

見間違えじゃない？

５．**心的態度を表す文末詞 ～ thôi：～して**

Phải tắm ngay thôi.

すぐに体を洗わなくちゃ。

６．**cứ＋動詞：ただただ～する**

Mình cứ lo con Mực bị bắt ăn thịt rồi.

私、ムックが捕まって食べられちゃったって、ただただ心配してたよ。

Hội thoại Không tìm thấy con Mực ở đâu cả -19

〈ở phòng trọ của Yui〉

Vinh : Yui ơi, có chuyện rồi, có chuyện rồi.

Yui : Có chuyện gì thế, cô Vinh?

Vinh : Con Mực nhà cô đi đâu mất rồi ấy.
Từ ngày hôm qua nó không về nhà.

Yui : Thật không ạ? Không biết chuyện gì đã xảy ra với nó nhỉ. Cô cháu mình thử đi tìm quanh đây xem.

Vinh : Cô đi tìm quanh nhiều lần rồi mà chẳng thấy.

Yui : Hay là con Mực bị bắt ăn thịt rồi.

Vinh : Làm sao bây giờ? Nếu mà chỉ bị lạc đường thôi thì còn may.

Uyên : Cháu chào cô Vinh ạ.

Yui : Uyên ơi, không xong rồi. Con Mực đi đâu mất rồi ấy!

Uyên : Hả, lúc nãy mình vừa nhìn thấy nó trên đường về nhà mà!

Yui : Thật không? Cậu có nhìn nhầm không?

Uyên : Không, đúng là con Mực mà. Nó đang ở cùng với một con chó trắng. Có vẻ là đang hẹn hò.

Vinh : Con Mực này, hẹn với chả hò, làm người ta lo lắng! Cháu nhìn thấy ở đâu?

Uyên : Ở đầu ngõ đối diện nhà mình ạ.

Yui : Thật là may quá. A, con Mực về rồi kìa.

Vinh : Con Mực này, bà lo lắng lắm, mày đi đâu thế? Bẩn thỉu thế này! Phải tắm ngay thôi.

Yui : Uyên, vậy mà mình cứ lo con Mực bị bắt ăn thịt rồi.

Uyên : Ừ, mà thật ra ở Việt Nam có tập tục ăn thịt chó, nhưng con Mực là chó màu đen nên có lẽ không sao. Người ta chỉ ăn chó lông màu nâu thôi. Ở Trung Quốc, Hàn Quốc người ta cũng ăn thịt chó, vậy mà Nhật Bản không có tập tục ấy à?

Yui : Theo mình biết thì hiện nay không có, nhưng mà có lẽ ngày xưa thì có.

Uyên : Mình nghe nói tập tục ăn thịt chó ngày xưa có ở khắp nơi trên thế giới đấy. Nhưng mà thực ra mình chưa ăn bao giờ cả.

会話　（犬の）ムックが見つからない

〈ユイの下宿の部屋で〉

Vinh ：ユイー、たいへん、たいへん！

Yui ：何がたいへんなの？　ヴィンおばさん。

Vinh ：うちのムックがどこかに行っちゃったのよ。
昨日から帰ってこないの。

Yui ：ほんとですか。ムックに何かあったのかなー。私たちでこの辺を探してみましょう。

Vinh ：もう何度もその辺を見て回ったんだけど、見つからないのよ。

Yui ：もしかしたら、ムック、捕まって食べられちゃったかも。

Vinh ：どうしたらいいの？　もしも道に迷ってるだけだったら、運がいいんだけどね。

Uyên：ヴィンおばさん、ただいま。

Yui ：ウエン、たいへんなの。ムックがいなくなっちゃったのよ！

Uyên：えー、さっき、帰って来る途中で見かけたけど。

Yui ：ほんと？　見間違えじゃない？

Uyên：ううん、間違いなくムックだったと思うけど。白いワンちゃんと一緒だったよ、デートしてるみたいだった。

Vinh ：ムックったら、デートするんならちゃんとしてもらいたい！　みんなを心配させて。どこで見かけたの？

Uyên：家の反対側の路地の入口のところにいたよ。

Yui ：ほんとに運が良かった。あっ、ムックが帰ってきたよ。

Vinh ：ムックったら、とっても心配したのよ、どこに行ってたの？　こんなに汚くなって！　すぐに体を洗わなくちゃ。

Yui ：ウエン、でもね、私、ムックが捕まって食べられちゃったって、ただただ心配してたよ。

Uyên：うん、実はベトナムには<ruby>犬食<rt>けんしょく</rt></ruby>文化があるけど、ムックは黒い犬だから、たぶん大丈夫。食べるのは赤犬だけなの。中国でも韓国でも犬の肉を食べるけど、日本にはその習慣はないの？

Yui ：私の知るところでは今はないけど、でもたぶん昔はあったと思う。

Uyên：犬食文化はかつては世界中にあったって聞いたことがあるよ。
でも実は私、まだ一度も食べたことないの。

語彙リスト　Bảng từ vựng　-20

会話

không ～ 疑問詞＋ cả		全く～ない（『初級』17課）⇒文法解説1
tìm thấy		見つかる　⇒12課文法解説4
con		類別詞（動物などに付される） ペットの呼び方：con＋ペットの名
Mực		ムック（犬の名。mực：インク、日本の「クロ」に当たる）
có chuyện rồi		たいへん！（文字通りの意味は「事件があった」）
chuyện		話、こと、事件　⇒14課文法解説1
cô		（親戚関係の）叔母（父親の妹）。話し手から見て自身の叔母と同年代の女性に対しての「あなた」、また、cô と呼ばれた女性の一人称「私」 ⇒11課文法解説1
mất rồi		（動詞句＋mất rồi）～してしまった（話し手の無念さ、残念な気持ちを表す）
ấy		文末詞（疑問に思う気持ち＋報告・情報伝達希望） ⇒文法解説2
ngày hôm qua		昨日（という日）
nó		（ペットの動物について）あの子、（人について）あいつ
cháu		私、～さん、孫、甥、姪　⇒11課文法解説1
quanh		周辺　đi tìm quanh đây xem：この周辺を探してみる
chẳng		決して～ない
bắt		捕まえる
làm sao		どのようにするか（やり方を尋ねる） ⇒13課文法解説5
làm sao bây giờ?		今どうしたらいいの？（困っている）
nếu mà ～ thì …		もしも～だったら…
lạc đường	《lạc落》	道に迷う（đường：道）
còn		変わらずにまだ残っている

không xong rồi		たいへんだ！、まいったなー！
nhìn		見る
～ mà		文末詞（話し手の主張であることを強調する）⇒文法解説3
nhầm		間違える（動詞＋nhầm：～し間違える）⇒文法解説4
hẹn hò		デートする
～ với chả …		～するならきちんとする（2語からなる語を前後に分けて表現する。học hànhの場合、học với chả hành：きちんと学業を行なう）
làm＋[人]＋感情形容詞		[人]を～させる　làm người ta lo lắng：人々を心配させる　⇒13課文法解説4
đầu	《頭》	物事や空間などの最初の部分、頭
ngõ		小路（大通りから枝分かれしている道路）
đối diện	《対面》	反対側
thật là		（thật là＋形容詞）実に～だ
a		あっ（驚きをもって）
bà	《婆》	祖母。孫に対して祖母が「私」に使用する（この課では、ヴィンさんにとっても飼い犬ムックはかわいい孫のような存在であり、自身のことをbàと言っている）
mày		おまえ
bẩn thỉu		汚い
thôi		文末詞（相手への行動促しの心的態度を表す）⇒文法解説5
vậy mà		そのようではあるけれども
cứ	《拠》	（cứ＋動詞）ただただ～する　⇒文法解説6
tập tục	《習俗》	習俗（その土地の習慣や風俗）
thịt chó		犬の肉（thịt cầyとも言う）
lông		毛
màu nâu		茶色
khắp nơi		至るところ
thực ra	《thực実》	実際には

chưa (từng)＋ 動詞句＋ bao giờ (cả)		まだ〜したことがない（『初級』16課） ⇒文法解説1

文法解説

giơ tay lên		手を挙げる
sờ vào 〜		〜に触る
đi khám	《khám 勘》	（医者の）診察を受けに行く
bảo		（命令、指示、願いなどを）言う、告げる
rèn luyện		鍛える
thể lực	《体力》	体力
suốt đêm		一晩中
cầu nguyện	《求願》	神仏に祈り願う　cầu nguyện cho＋[人]〜：[人]が〜であるように神仏に祈り願う
bình an	《平安》	無事な、平安な
phàn nàn		文句を言う、苦情を言う
chối		否定する

練習問題

chuồn chuồn		トンボ
phố cổ	《舗古》	旧市街

文法解説　Giải thích ngữ pháp

1．không 〜 ＋疑問詞＋ cả：全く〜ない

本課会話のタイトルに次の文があります。

Không tìm thấy con Mực ở đâu cả.
（犬の）ムックが（どこにいるのか全く）見つからない。

「**否定語＋動詞＋疑問詞＋ cả**」の形式は、全面的に否定する際に用いられ「全く〜ない」という意味を表します。『初級』17課で若干触れましたが、復習しておきましょう。

・Tôi **không** biết **gì cả**. 私は一切何にも知りません。
・Hôm qua tôi **không** đi **đâu cả**. 昨日、私はどこにも行きませんでした。
・Hôm qua tôi **không** làm **gì cả**. 昨日、私は何にもしませんでした。
・Hôm nay anh ấy **không** ăn **gì cả**. 今日、彼は何にも食べませんでした。
・**Không** tìm thấy chìa khóa ở **đâu cả**. かぎはどこにも見つかりません。
・Trong lớp học **không** có **ai cả**. 教室には誰もいません。

cảの意味をここで整理しておきましょう。

まず、tất cảです。この2語は一語化しており「**全て、全ての**」の意味でした(2課)。cảは「全部、全体」という意味の語でcả người（全身、2課)、cả ngày(全日、3課)、cả lớp（クラス全体、5課)、cả nước（全国、6課)、cả gia đình(家族全員、家族皆）という使い方があります。また、cảは「cả A lẫn B đều ～」の形の中で「AもBもどちらも」の意味で学びました（4課)。この課の「**否定語＋動詞＋疑問詞＋cả**」のcảは否定の気持ち（全く～）を強める働きをしています。

人の場合の「誰も～ない」を表すにはkhông ai ～ (cả)の形式を用います。例を見てみましょう。

・Hôm qua không ai đến đây cả. 昨日は誰もここに来ませんでした。
・Không ai giơ tay lên cả. 誰も手を挙げません。
・Không ai giúp được chị Hoa cả. 誰もホアさんを助けることはできません。

否定語にはkhôngだけでなく、chưa, chẳngなども使用されます。この課の会話の最後の部分に次の発話があります。ほかの例とともに見ておきましょう。

Nhưng mà thực ra mình chưa ăn bao giờ cả.
でも実は私、まだ一度も食べたことないの。

・Tôi chưa biết gì về Việt Nam cả.
私はベトナムについてまだ何にも分かっていません。
・Tôi đã nhìn lên trời nhưng mà chẳng thấy gì cả.
私は空を見上げましたが、何も見えませんでした。

2．心的態度を表す文末詞 ～ ấy：～のよ

会話文の中に次の文があります。

Con Mực nhà cô đi đâu mất rồi ấy.　うちのムックがどこかに行っちゃったのよ。

文末詞 ấy は、ấy の前に置かれた事柄について、話し手が「**親しい相手に対して**何かの疑問を持ちつつ、この情報を知らせたいと思っている」、即ち「**疑問に思う気持ち＋報告・情報伝達希望**」という心的態度を表します。上の会話文では、ヴィンおばさんが「どうしてか分からないけど、ムックがどこかに行っちゃった」という気持ちを伝えようとしています。日本語では「なぜか～んだけど」「～のよ」「～んだよ」に当たるでしょう。

・chồng（夫）：Em ơi, chìa khóa xe ô-tô ở đâu rồi ấy!
　君、車のカギがどこにもないんだけど！
vợ（妻）：Em không sờ vào đấy!　私、触ってないわよ！

・A：Từ hôm qua mình cứ bị đau bụng ấy!　昨日からなぜかずっと腹痛があるんだ。
B：Cậu đi khám thử xem!　君、医者に看てもらったら。

3．心的態度を表す文末詞 ～ mà：～けど

会話文の中に次の発話があります。

Yui　：Uyên ơi, ... Con Mực đi đâu mất rồi ấy!
　ウエン、……ムックがいなくなっちゃったのよ！
Uyên：Hả, lúc nãy mình vừa nhìn thấy nó trên đường về nhà mà!
　えー、さっき、帰って来る途中で見かけたけど。

文末詞 mà は、mà の前部分で述べた事柄が**話し手の主張であることを強調する**役割を有しています（**主張強調の mà**）。「相手の意見と反対のことを言っている気持ち」を表すこともありますし、「相手に反論しつつ、だから私が前に言ったでしょ、言ったじゃない、言ったのに」という気持ちを表すこともあります。また、「一度でいいから行ってみたいなー」と行けるかどうか心配している相手の気持ちを察して「あなたは行けるよ」「必ず行けるよ」という話し手の主張を強く押し出すために、文末に **mà** が添えられることもあります。上の会話では、「ムックがいなくなっちゃったの」というユイの主張に対して、ウエンは「さっき、帰って来る途中で（ムックを）見かけた」という、ユイとは真反

対の**主張**をしている気持ちを文末に**mà**を添えることによって表しています。例えば「……途中で（ムックを）見かけたけど、（あなた、何言ってるの？）」など、（　　）の言葉が省略されています。会話内の一つとそのほかの例を見ておきましょう。

Yui　：Thật không? Cậu có nhìn nhầm không?　ほんと？　見間違えじゃない？
Uyên：Không, đúng là con Mực mà.　ううん、間違いなくムックだったと思うけど。

・Mẹ　：Con ơi, mẹ đã bảo nhiều lần rồi mà!　ママが何回も言ったじゃない！
　Con：Xin lỗi mẹ.　ママ、ごめん。
・（ビンはホアが砂糖を入れているのが目に入って）
　Bình：Tôi đã cho đường vào cà-phê rồi mà!　コーヒーに砂糖はもう入れたよ！
　Hoa　：A, xin lỗi xin lỗi.　あ、ごめんごめん。
・A：Em muốn leo thử núi Phú-Sĩ một lần quá.　一度富士山に登ってみたいなあ。
　B：Em có thể leo được mà! Nếu em rèn luyện thể lực thêm một chút nữa thì em có thể leo được đấy.
　　君は登れるよ！　もう少し体力をつければ、登れる。
・B：Em lo về bài thi ngày mai quá, thầy ạ.　明日の試験がとても心配です、先生。
　A：Em có thể làm được mà!　君ならできるよ！
　B：Dạ, xin cảm ơn thầy ạ.　はい、先生、ありがとうございます。

4．動詞＋nhầm：～し間違える

会話文の中に次の文があります。

Cậu có nhìn nhầm không?　見間違えじゃない？

「**動詞＋nhầm**」の形で「～し間違える」の意味です。viết nhầm：書き間違える、nghe nhầm：聞き間違える、nói nhầm：言い間違える、hiểu nhầm：間違って理解する（誤解する）、đọc nhầm：読み間違える、tính nhầm：計算し間違える、gọi nhầm（電話番号を）かけ間違える等々、nhầmは多くの動詞と結び付きます。

・Cô Hà đã đọc nhầm tên của học sinh rồi.
　ハー先生は生徒の名前を読み間違えてしまいました。
・Tôi đã viết nhầm chữ Hán.　私は漢字を書き間違えました。

・Tôi đã bị bạn tôi hiểu nhầm rồi.　私は友達に誤解されてしまいました。
・Chị gọi nhầm số rồi ạ.　番号をかけ間違えてますよ。(間違い電話に対して)

5. 心的態度を表す文末詞 ～ thôi：～して

会話文の中にヴィンおばさんの次の発話があります。

Phải tắm ngay thôi.　すぐに体を洗わなくちゃ。

無事に家に帰ってきた飼い犬ムックの体が汚れているのを見て、ヴィンおばさんが発する言葉です。この発話の文末に置かれるthôiは「**相手に何らかの行動をするように呼びかけ促している**」という話し手の心的態度を表す役割を負っています。例を見ましょう。

A：Sắp đến giờ vào hội trường rồi! Đi thôi!
そろそろ会場に入る時間だね！　もう行きましょう！
B：OK. Đi đi!　OK。行こう！

上のĐi thôi!はChúng ta đi thôi!のchúng taが省略されていますが、**thôi**は「やめる」という動詞としての意味がありますので、この語を文末に添えるのは、話し手が「現在の状態を早く切り上げて、次のステップに行こう」と、「**相手に呼びかけ促す**」という心的態度を表明しています。上の会話では、時間が来たので、「待つ」という行動を切り上げて、「(演奏会) 会場に行きましょう！」とAがBに**呼びかけて**います。ほかの例も見ておきましょう。

・Đi ngủ thôi!　もう寝なさい！

例えば、ゲームで遊んでいる子どもに対して、母親が「(今のゲームで遊ぶという行動を切り上げて) ベッドに入りなさい」と次の行動に移るように**呼びかけ促し**を行なっています。

ここで本テキスト3課で紹介した使用法と合わせて**thôi**を整理しておきましょう。
Ⅰ 動詞「(仕事などを) やめる」 **thôi** việc：退職する、**thôi** học：退学する
Ⅱ 「chỉ ～ **thôi**」の呼応で「～しかない」 chỉ có phở bò **thôi**：牛肉のフォーしかない (8課会話)

Ⅲ心的態度を表す

①「本当は相手の希望・要望を容認したくはないが**妥協して**認める」という気持ち（**妥協**の**thôi**、3課） được **thôi**：（分かりました）いいですよ

②「もうこれ以上心配しなくて**大丈夫だよ**」という気持ち（**大丈夫**の**thôi**、3課） Dán thuốc này vào thì sẽ khỏi ngay **thôi**.：この薬を貼ったら、すぐに治るから、大丈夫。

③「現状を収束させて**相手に何らかの行動をするように呼びかけている**」という気持ち（**呼びかけ促し**の**thôi**、本課） Chúng ta đi **thôi**!：もう行きましょう！

6．cứ＋動詞：ただただ～する

会話文の中にユイの次の発話があります。

Uyên, vậy mà mình cứ lo con Mực bị bắt ăn thịt rồi.
ウエン、でもね、私、ムックが捕まって食べられちゃったって、ただただ心配してたよ。

「cứ＋動詞」の形で「ただただ～する、ずっと～だけをし続ける、ひたすら～する」の意味です（**ただただ～する**のcứ)。例を見てみましょう。

・Suốt đêm chúng tôi cứ cầu nguyện cho con trai bình an.
一晩中、私たちは息子の無事を神様にただただお願いした。

・Anh ấy cứ phàn nàn về thời tiết Hà Nội.
彼はハノイの気候についてずっと文句ばかり言っている。

・Chị Hoa có người yêu rồi nhưng chị ấy cứ chối.
ホアさんは恋人がいるのに、ずっと否定し続けている。

cứについての13課の文法解説1もご参照ください。

練習問題　Bài luyện tập

問題Ⅰ　次の（　　）に最も適当な動詞を☐から選んで書きなさい。

1. Con trai tôi thích（　　　）chuồn chuồn.（トンボを捕まえる）
2. Chúng tôi thường（　　　）ở xung quanh phố cổ.（旧市街周辺でデートする）
3. Xin lỗi, tôi viết（　　　）rồi.（書き間違えました）
4. Thằng bé đã bị（　　　）đường trong công viên rồi.（道に迷ってしまった）

ア nhầm　イ bắt　ウ lạc　エ hẹn hò

問題Ⅱ　次の（　　）に適当な語を☐から選んで書きなさい。

1. Con ơi, đi ngủ（　　　）!（もうベッドに入りなさい！）
2. Tôi đã bảo nhiều lần rồi（　　　）.（何度も言ったのに）
3. Từ hôm qua mình cứ bị đau bụng（　　　）!
（昨日からなぜかずっと腹痛があるんだ）
4. Tuần trước tôi bị ốm nặng không ăn được gì（　　　）.
（何も食べられなかった）
5. Hồi đó tôi（　　　）muốn đi sang nước ngoài.
（その頃、ただただ外国に行きたかった）

ア mà　イ cả　ウ cứ　エ ấy　オ thôi

問題Ⅲ　日本語と同様の意味になるようベトナム語を並べかえなさい。

1. tôi / **bác sĩ, từ hôm qua** / đau bụng / ấy / cứ bị
（先生、昨日から腹痛がなぜかずっとあるんです）
→ **Bác sĩ, từ hôm qua** ______________________.

2. **suốt đêm** / cứ / tôi / con gái / cầu nguyện / bình an / cho
（一晩中、私は娘が無事であることをひたすら神様に願った）
→ **Suốt đêm** ______________________.

3. **anh** / số / gọi nhầm / rồi / ạ　（番号をかけ間違えてますよ）
→ **Anh** ______________________.

Bài 11

基本文型・基本文法　Mẫu câu và Ngữ pháp cơ bản

1．**cháu – cô：甥・姪 – 叔母**

Cháu Yui ơi, cô vào phòng một chút được không?

ユイちゃん、おばちゃんだけど、ちょっと入ってもいい？

2．**〜 có muốn đi cùng không?：一緒に行かない？**

Yui ơi, thật ra Tết năm nay cô định về Huế một chuyến, cháu có muốn đi cùng không?

ユイ、実はね、今年のテトにフエに一度帰るつもりなんだけど、一緒に行かない？

3．**đã … rồi chưa 〜：〜するのは…ぶりだ**

Cô cũng ba năm rồi chưa về nên rất nhớ không khí của Huế ngày Tết.

私も帰るのは3年ぶりだから、テトのフエの雰囲気がとっても懐かしいわ。

4．**những 〜 / đến 〜：〜も（多いという気持ち）**

Nấu những 12 tiếng luôn ạ.

12時間も煮るなんて、すごいです！

5．**〜 luôn ạ：〜なんて（すごいです）**

Nấu những 12 tiếng luôn ạ.

12時間も煮るなんて、すごいです！

6．**仮定表現**

Vậy ạ, nếu có thời gian thì cô cháu mình cùng đi thăm kinh thành Huế nhé.

そうですか、もし時間があったら、私たちフエの王宮を一緒に訪れましょうね。

Hội thoại Lời mời đi Huế -21

〈ở phòng trọ của Yui〉

Vinh : Cháu Yui ơi, cô vào phòng một chút được không?

Yui : Vâng, cô vào đi ạ.

Vinh : Yui ơi, thật ra Tết năm nay cô định về Huế một chuyến, cháu có muốn đi cùng không? Cô đã rủ cả Uyên rồi.

Yui : Ồ, thật ạ, cháu muốn đi lắm!

Vinh : Yui có biết người Việt Nam ăn Tết như thế nào không?

Yui : Không, cháu không biết rõ lắm ạ.

Vinh : Ở Việt Nam trước Tết, người ta thường chuẩn bị 'hoa ngày Tết'. Nhưng mà hoa ngày Tết ở Huế và ở Hà Nội khác nhau.

Yui : Mọi người thường chuẩn bị loại hoa gì vậy ạ?

Vinh : Ở Hà Nội thì có 'hoa đào'. Còn Ở Huế thì thường là 'hoa mai'. Đó là một loại hoa đẹp, màu vàng, có hương thơm nhẹ nhàng. Trước Tết, người ta thường mở một 'chợ hoa' lớn ngay trước Đại Nội.

Yui : Ồ, cháu muốn đi xem thử 'chợ hoa' một lần quá.

Vinh : Chúng ta về Huế trước Tết nên sẽ kịp xem mà. Cô cũng ba năm rồi chưa về nên rất nhớ không khí của Huế ngày Tết.

Vinh : Món ăn ngày Tết thì ở Huế người ta ăn 'bánh tét'. 'Bánh tét' có nguyên liệu và hương vị khá giống với 'bánh chưng' của Hà Nội. Nhưng hình dạng thì khác nhau, bánh tét có hình trụ dài, bánh chưng có hình vuông.

Yui : Vì bánh chưng được bán quanh năm ở Hà Nội nên cháu đã ăn nhiều lần rồi ạ. Rất là ngon, cháu thích lắm.

Vinh : Còn ở nhà cô thì vào ngày 30 Tết, mọi người trong gia đình sum họp, cùng nhau gói bánh tét và nấu khoảng 12 tiếng đồng hồ.

Yui : Nấu những 12 tiếng luôn ạ. Cháu muốn ăn thử quá.

Vinh : Huế là cố đô của Việt Nam, giống như Kyoto của Nhật Bản, là nơi có kinh thành của triều đại phong kiến cuối cùng của Việt Nam. Kinh thành Huế bây giờ là di sản văn hóa thế giới.

Yui : Vậy ạ, nếu có thời gian thì cô cháu mình cùng đi thăm kinh thành Huế nhé.

会話　フエ行きのお誘い

〈ユイの下宿の部屋で〉

Vinh：ユイちゃん、おばちゃんだけど、ちょっと入ってもいい？

Yui：はい、おばさんどうぞ入ってください。

Vinh：ユイ、実はね、今年のテトにフエに一度帰るつもりなんだけど、一緒に行かない？　ウエンも誘ったのよ。

Yui：えー、本当ですか。すっごく行きたいです！

Vinh：ユイはベトナム人がどうやってテトを祝うか、知ってる？

Yui：いいえ、あまりはっきりとは知りません。

Vinh：ベトナムではね、テトの前に、普通は「テトの花」を準備するの。でも、フエのテトの花とハノイのテトの花は違うの。

Yui：皆さん、通常はどんな花を準備するんですか。

Vinh：ハノイの方は「ダオの花」。で、フエでは普通は「マイの花」。きれいな黄色の花で、ちょっといい香りがするのよ。テトの前に、いつも大きい「花市」が王宮のすぐ前で開かれるの。

Yui：わー、一度「花市」を見てみたいなー！

Vinh：私たち、テトの前にフエに帰るから大丈夫、見られるわよ。私も帰るのは3年ぶりだから、テトのフエの雰囲気がとっても懐かしいわ。

Vinh：テトの食べ物だけど、フエでは「バインテット」を食べるの。「バインテット」は材料と香りがハノイの「バインチュン」にかなり似てるの。けれども、形は違っていて、バインテットは長い円柱形で、バインチュンは正方形よ。

Yui：バインチュンはハノイで一年中売られてるので、何回も食べたことがあります。とってもおいしくて、大好きです。

Vinh：私の家ではね、大晦日に家族みんなが集まって、一緒にバインテットを包んで、12時間ぐらい煮るの。

Yui：12時間も煮るなんて、すごいです！　すっごく食べてみたいです。

Vinh：フエは、日本の京都と同様、ベトナムの古都で、ベトナムの最後の封建王朝の都があったところなの。その王宮は今では世界遺産になってるのよ。

Yui：そうですか、もし時間があったら、私たちフエの王宮を一緒に訪れましょうね。

語彙リスト　Bảng từ vựng　-22

会話

cháu		私、～さん、孫、甥、姪　⇒文法解説1
cô		叔母　⇒文法解説1
chuyến		①旅、旅行、訪問　②（飛行機、列車などの）便
～ có muốn đi cùng không?		一緒に行かない？　⇒文法解説2
rủ		誘う
cả		（cả＋名詞）～（まで）も
ăn Tết		テト（陰暦の正月）を祝う、楽しむ
khác nhau		互いに異なっている（khác：別の）
hoa đào	《花桃》	ダオ（桃）の花
hoa mai		マイの花
hương	《香》	香り　hương thơm：いい香り
nhẹ nhàng		（程度が）軽い
mở		（花市などを）開く
chợ hoa	《hoa花》	花市
Đại Nội	《大内》	王宮
kịp		（kịp＋動詞）～するのに間に合う
～ năm rồi chưa về		～年ぶりに帰る　⇒文法解説3
nhớ		恋しく思う、懐かしく思う、会いたく思う、思い出す
bánh tét		バインテット
nguyên liệu	《原料》	材料
hương vị	《香味》	味と香り
khá		かなり
giống với ～		～と似ている　⇒12課文法解説5
bánh chưng		バインチュン
hình dạng	《形様》	形、形状
hình trụ	《形柱》	円柱
hình vuông	《hình形》	正方形

quanh năm		一年中
ngày 30 Tết		大晦日（テトは年末の7～8日間と年初の7日間に渡って祝う）
sum họp		集まって団欒（だんらん）する
những 12 tiếng		12時間も　⇒文法解説4
luôn ạ		～なんて（すごいです）　⇒文法解説5
cố đô	《故都》	古都、都
giống như ～		～と同様だ　⇒12課文法解説5
kinh thành	《京城》	王宮、皇帝の居城　kinh thành Huế：フエの王宮
triều đại	《朝代》	統治時代、治世、王朝
phong kiến	《封建》	封建的な
cuối cùng		最後の
di sản	《遺産》	遺産

文法解説

triển lãm	《展覧》	展覧会
vạn	《万》	万
luôn		直ちに、いつも、立て続けに　⇒文法解説5
học tập	《学習》	勉強する
luôn luôn		常に、いつも　⇒文法解説5
giá mà ～ thì …		もしも～たら、…（反実仮想）　⇒文法解説6
hễ ～ thì / là …		～と／ば、…（～の条件があると、いつも…という帰結になることを述べる）　⇒文法解説6
anh đào	《櫻桃》	桜
vùng		地域
ngập		浸水する
có hiếu với ～	《hiếu 孝》	（親）に孝行する
công dân	《公民》	公民、国民、市民

練習問題

mỗi lần ～ lại …		～するたびに…
con		類別詞（生物のほか、道：đường、ナイフ：dao、目：mắtなどに付される）

文法解説　Giải thích ngữ pháp

1. cháu – cô：甥・姪－叔母

会話の冒頭部分に次の発話があります。

Vinh：Cháu Yui ơi, cô vào phòng một chút được không?
　　　ユイちゃん、おばちゃんだけど、ちょっと入ってもいい？
Yui　：Vâng, cô vào đi ạ.　はい、おばさんどうぞ入ってください。

cháuには「①孫（4課参照）　②甥、姪（3課参照）」の意味が、côには「叔母」の意味があります。ユイから見て大家のヴィンさんは自身の叔母さんほどの年齢なのでcô Vinh（ヴィンおばさん）と呼び、ヴィンさんの方はユイが自分の姪っ子ほどの年齢なのでcháu Yui（ユイちゃん〈文字通りの意味は、姪っ子のユイ〉）と呼びかけています。ユイはおばさんに対して自分のことをcháu（私）と言い、ヴィンおばさんは自分のことをcô（私）と言っています。

ところで、**日本語は「話し手の属性（素性、社会的地位など）や相手との関係」によって、呼称が変わる言語です**。例えば、男子大学生が指導教員と話す時、自身のことを「私は～」と言い、サークルのメンバーと話す際には「僕は～」「俺は～」などと言うでしょう。帰宅して妹（12歳）と話す時には「兄ちゃんは～」と言うかもしれません。**ベトナム語も相手との関係によって呼称が変わるという点で、日本語と同様の言語です**。このテキスト中のユイの自称を見てみましょう。

ユイの自称：1課　mình（21歳の同世代女子学生Uyênに対して）
　　　　　　3課　cháu*（50歳代半ばのおばさんcô Vinhに対して）
　　　　　　4課　cháu**（70歳代後半の婦人bà Tâmに対して）
　　　　　　8課　em（25歳の青年anh Minhに対して）
　　　　　　8課　mình（21歳の同世代男子学生Tiếnに対して）
　　　　　　9課　em（女性の先生cô Lanに対して）
　　　　　　13課　cháu（70歳代後半の男性店主ông chủに対して）

ユイは同学年の男女学生に対してはmình（私・自分）を、また、4才ほど年上の男性に対してはem（妹・弟の意味）を用いています。このテキストにはchị～と呼べる女性が登場しませんでしたが、ユイのお姉さんに当たるような女性に対してもemを用います。大家さんのヴィンさんは、ユイの父親の妹（叔母）相当の年齢で、cô Vinh（ヴィンおばさん）ですので、自分のことをcháu*（姪）と自称し、さらに70歳代後半のタム婦人はユイのおばあちゃんに相当するので、そして同じく70歳代後半の男性店主はユイのおじいちゃんに相当するのでcháu**（孫）と自称しています。（4課文法解説1参照）

2．～ có muốn đi cùng không?：一緒に行かない？

会話の中にヴィンおばさんの次の発話があります。

Yui ơi, thật ra Tết năm nay cô định về Huế một chuyến, cháu có muốn đi cùng không?
ユイ、実はね、今年のテトにフエに一度帰るつもりなんだけど、一緒に行かない？

上の色が付いている部分を直訳すると「あなたは一緒に行きたいですか。」となりますが、日本語では相手に「願望や望み」「欲望」があるか否かを直接的に尋ねるのは（特に目上の人や初対面の人に）失礼なことと判断して、「～たいですか。」とは言わずに、相手を誘う際には「～しませんか。」「～しますか。」「～しない？」と否定疑問文の形式、あるいは、相手の意思を確認するだけの形式が用いられるのが普通です。

日本語では自身の先生や目上の人に「見たいですか。」「召し上がりたいですか。」とは通常尋ねませんが、ベトナム語では目上の人にも次のように言うことができます（目上の人に願望を尋ねても大丈夫ですが、文末のạは必須です）。

・Thầy có muốn đi xem triển lãm này không ạ?
先生、この展覧会をご覧になりますか。
・Em có muốn ăn cùng không?　一緒に食べない？

3．đã … rồi chưa ～：～するのは…ぶりだ

「～ぶりだ」を表すベトナム語は「đã＋歳月＋rồi＋chưa ～」が定型の形式です。例を見ましょう。

・Tôi đã mười năm rồi chưa gặp anh ấy.　私は彼に会うのは10年ぶりだ。
・Tôi đã một năm rồi chưa ăn món này.　私はこの料理を食べるのは1年ぶりだ。
・Tôi đã 20 năm rồi chưa gặp lại bạn thời cấp 3.
高校時代の友達に再会するのは20年ぶりだ。

本課会話にヴィンおばさんの次の発話があります。

Cô cũng ba năm rồi chưa về nên rất nhớ không khí của Huế ngày Tết.
私も帰るのは3年ぶりだから、テトのフエの雰囲気がとっても懐かしいわ。

このba năm rồi chưa về (Huế) の部分の文字通りの意味は、「3年終わってまだ（フエに）帰っていない」です。ここでは場面がありますので**đã**は省略されています。

「～ぶりだ」と述語になるのではなく、副詞的に「**～ぶりに＋動詞**」の形も確認しておきましょう。「**歳月＋rồi＋主語＋mới＋動詞**」の形式です。

・Mười năm rồi tôi mới gặp anh ấy.
10年ぶりに彼と会った。（文字通りの意味は「10年終わって私は初めて彼に会った」です）
・Một năm rồi tôi mới được ăn món mẹ nấu.　1年ぶりに母の手料理を食べた。

4．những ～ / đến ～：～も（多いという気持ち）

本課会話に次の発話があります。

Vinh：Còn ở nhà cô thì vào ngày 30 Tết, mọi người trong gia đình sum họp, cùng nhau gói bánh tét và nấu khoảng 12 tiếng đồng hồ.
私の家ではね、大晦日に家族みんなが集まって、一緒にバインテットを包んで、12時間ぐらい煮るの。
Yui：Nấu những 12 tiếng luôn ạ. Cháu muốn ăn thử quá.
12時間も煮るなんて、すごいです！　すっごく食べてみたいです。

この「12時間も」の「も（話し手の『多い、大量』という気持ちを表す）」に当たるベトナム語は**những**と**đến**です。**những**は**話し言葉的**、**đến**はやや**書き言葉的**です。例を見ておきましょう。

・Trường đại học này có những / đến một nghìn du học sinh.
この大学は留学生が1000人もいます。
・Anh Bình ăn những / đến 5 bát phở gà một lần.
ビンさんは一度に鶏のフォーを5杯も食べました。
・Trong vụ tai nạn giao thông này có những / đến 10 người bị chết.
この交通事故では10人も亡くなってしまいました。

・Tôi muốn ăn Bò Kobe từ lâu lắm rồi, nhưng chưa có cơ hội ăn, dù đã sống ở Nhật những / đến 3 năm.
ずっと神戸牛を食べたいと思っていましたが、まだ食する機会がありません、もう3年も日本に暮らしているのに。

5. ~ luôn ạ!：~なんて（すごいです）！

会話の中に次の発話があります。

Nấu những 12 tiếng luôn ạ. Cháu muốn ăn thử quá.
12時間も煮るなんて、すごいです！　すっごく食べてみたいです。

「**事実＋** luôn ạ」の型で感嘆文を作ります。~ luôn **ạ** は目上の人に対して、それ以外はluôn **à** が用いられます。感嘆、感動、驚きなどが含まれます。例を見ておきましょう。

・Nhà cậu có bể bơi luôn à! Thích quá!　君の家にプールがあるなんて！　すごい！
・Cái này 1 vạn yên luôn à! Đắt quá! Em không mua đâu!
これ1万円なんて！　高すぎる！　絶対買わない！

また、本テキスト5課の対話の中にウエンの次の発話がありました。

Ồ, giỏi quá, cậu đánh được đàn piano cơ à!
わー、いいね、ピアノが弾けるなんて！

この「cơ à」と、「luôn à / luôn ạ」は類似の機能を有しています。「**cơ à**」は主に北部で、「**luôn à**」は主に中南部で使用される形式です。ここではヴィンおばさんが中部出身であることをユイは知っていて、「**luôn**」を使ったのでしょう。

・Nấu những 12 tiếng luôn ạ / cơ ạ.　12時間も煮るなんて、すごいです！
・Nhà cậu có bể bơi luôn à / cơ à!　君の家にプールがあるなんて！　すごい！

さて、「luôn」は、上記の感嘆文を作る機能のほかに、「（文末に置いて）直ちに」「いつも、常に（luôn **＋動詞**）」「立て続けに~する（**動詞＋** luôn）」などの意味をもつ多義語です。整理しておきます。

・Tôi ăn xong thì làm luôn.　食べ終えたら直ちにやります。

・Mẹ tôi luôn dặn tôi là “phải chăm chỉ học tập”.
母はいつも「一生懸命勉強しなさい」と言っています。
（この luôn は luôn luôn と重ねられることもあります）
・Anh ấy uống luôn 3 cốc bia.　彼は立て続けにビールを3杯飲みました。

このテキストにも以下のように登場しています。

Tất nhiên rồi! Chúng ta đi bây giờ luôn nhé!
もちろんだよ！　さっそく（今、直ちに）行こう！（4課会話）
“Người ta sinh ra tự do và bình đẳng về quyền lợi, và phải luôn luôn được tự do và bình đẳng về quyền lợi.”
「人は権利という面で自由かつ平等に生まれており、そして、権利として自由と平等を常に享受しなければならない。」（6課練習問題Ⅳ）

6．仮定表現

本課会話の最後の行に次の発話があります。

Vậy ạ, nếu có thời gian thì cô cháu mình cùng đi thăm kinh thành Huế nhé.
そうですか、もし時間があったら、私たちフエの王宮を一緒に訪れましょうね。

また、本テキスト1課、そして8課の会話に次の発話がありました。

Bây giờ bạn có ‘thẻ sinh viên’ không? Nếu có ‘mã số sinh viên’ thì có thể đăng ký được ngay.
今、学生証持ってますか。学籍番号があれば、すぐに登録できます。（1課会話）
Em có thích trứng không? Nếu gọi cô thì cô sẽ mang trứng đến đấy.
ユイは卵が好き？　おばさんに言えば、卵を持って来てくれるよ。（8課会話）

「nếu ～ thì …」と呼応して「もし～たら／～ば、…」の仮定の意味であることは『初級』22課で紹介しました。この「**nếu ～ thì …**」は、**書き言葉では**「**nếu ～, …**」と**thì**の代わりにカンマが使われることも多くあり、文字を見ている場合には**nếu**の持つ力だけで仮定の意味を伝えることができます。しかし、話し言葉では**thì**があった方が分かりやすく、「**nếu ～ thì …**」と呼応した方が会話をスムーズに進めることができます。

さて、ここでベトナム語の仮定表現を整理しておきましょう。

まず、日本語の「〜たら、…」の主な二つの意味は以下の通りです。ベトナム語ではそれぞれ次のようになります。

1：もし明日雨が降ったら、私は行きません。（仮定を表す）

Nếu ngày mai trời mưa thì tôi không đi.

2：食べ終わったら、私の部屋に来てください。（「〜あとで」という意味。「もし」の気持ちはない）

Sau khi ăn cơm xong thì anh hãy đến phòng tôi.

ベトナム語の主な仮定表現には **nếu 〜 thì** … のほかに、「giá (mà) 〜 thì …」と「hễ A thì / là B」の二つの形式があります。

Ⅰ giá (mà) 〜 thì … (đã) … (rồi)：もしも〜たら、…なのに（**反実仮想**：事実に反する仮定・仮想を述べる、話者の惜しかったという思いや願望が反映されている）

giá mà と2語を言う方が分かりやすく、やや話し言葉的表現です。giá《価》は「値段、価格」という意味もありますが、giả《仮》から転じて giá となり、「仮に〜たら」という条件法の使用法になったと考えられます。

・Giá mà có chị Lan thì công việc đã xong rồi.
もしもランさんがいたら、仕事はもう終わっているのになー。

・Giá trời không mưa thì tôi đã đến thăm anh rồi.
もしも雨が降らなかったら、あなたのところを訪ねたのに。

・Giá mà anh ấy đến sớm một chút thì đã gặp được chị Hoa rồi.
もしも彼がもう少し早く来ていたら、ホアさんに会えたのに。

・Việc này giá biết trước thì hay rồi.
このことは、もしも前に知っていたら、おもしろかったのになー。

Ⅱ hễ A thì / là B：Aと／ば、B（Aの条件があると、いつもBという帰結になることを述べる）

・Hễ mùa xuân đến thì hoa anh đào nở.　春になると、桜が咲く。

・Ở vùng này hễ trời mưa là đường bị ngập.
この地域では、雨が降ると、道路が浸水する。

さらに、この **hễ** を用いて、「仮にも〜たる者は…」「およそ、〜である以上は」

という意味を表すこともできます。hễ là ～ thì … という形式です。hễを用いた表現は、上記のhễ A thì / là Bも含めて、やや**固い表現形式**です。

・Hễ là người thì phải có hiếu với cha mẹ.
　人たる者、父母に対する孝行をしなければならない。
・Hễ là sinh viên thì phải chăm chỉ học tập.
　学生たる者、熱心に勉学に励まねばならない。
・Hễ là công dân thì ai cũng phải nộp thuế.
　およそ公民である以上は、誰もが税を納めねばならない。

練習問題　Bài luyện tập

問題Ⅰ　次の（　　）に最も適当な動詞を［　］から選んで書きなさい。

1. Bạn có biết người Việt Nam（　　　）Tết như thế nào không?（テトを楽しむ）
2. Chúng ta về Huế trước Tết nên sẽ（　　　）xem 'chợ hoa'.（間に合う）
3. Trước Tết, người ta thường（　　　）một 'chợ hoa' lớn ngay trước Đại Nội.（大きな花市を開く）
4. Vào ngày 30 Tết, mọi người trong gia đình（　　　）.（家族全員が集まり団欒(だんらん)する）
5. Hễ là người thì phải（　　　）hiếu với cha mẹ.（父母に親孝行する）
6. Mỗi lần trời mưa to, con đường này lại bị（　　　）.（大雨が降るたびに、この道路は浸水してしまう）

ア kịp　イ có　ウ sum họp　エ ăn　オ ngập　カ mở

問題Ⅱ　次の（　　）に適当な語を［　］から選んで書きなさい。

1. （　　　）anh ấy không đến thì buổi họp sẽ kém vui.（もし彼が来なかったら、今日のミーティングはおもしろみに欠けてしまうだろう）
2. （　　　）anh ấy đến sớm một chút thì đã gặp được chị Hoa rồi.（もしも彼がもう少し早く来ていたら、ホアさんに会えたのに）
3. （　　　）gặp là họ lại cãi nhau ngay.（会えば、彼らはすぐに口喧嘩になる）
4. Tôi đã mười năm rồi（　　　）gặp anh ấy.（私は彼に会うのは10年ぶりだ）
5. Trong vụ tai nạn giao thông này có（　　　）10 người bị chết.（10人も亡くなった）

ア giá mà　イ chưa　ウ đến　エ nếu　オ hễ

問題Ⅲ 日本語と同様の意味になるようベトナム語を並べかえなさい。

1. trời / **giá** / thì / không mưa / tôi / đã đến thăm / anh
(もしも雨が降らなければ、私はあなたのところを訪問したのに)
→ **Giá** ______________________.

2. **đêm qua** / uống / 8 / chai / những / bia / anh Bình
(昨晩ビンさんは瓶ビールを8本も飲んだ)
→ **Đêm qua** ______________________.

3. thì / cũng / thuế / **hễ là** / ai / phải / công dân / nộp
(およそ公民である以上は、誰もが税を納めねばならない)
→ **Hễ là** ______________________.

4. mới / **20 năm** / tôi / được gặp lại / thời cấp 3 / bạn / rồi
(20年ぶりに高校時代の友達に再会した)
→ **20 năm** ______________________.

Bánh tét　バインテット

Bánh chưng　バインチュン

コラム：学位を指すベトナム語

日本は中国から多くの文化を受容しましたが、科挙制度は採用しませんでした。一方、ベトナムでは科挙制度が1919年まで採用されていました。科挙制度は官吏官僚の登用制度で、ベトナムの多くの王朝で郷試（thi hương）・会試（thi hội）・殿試（thi đình）の３段階制をとっていました（『ベトナムの事典』角川書店、1999）。その痕跡は現代ベトナム語の語彙にも残っています。

「大学生」はベトナム語でsinh viên（生員）です（『初級』1課）。現在、漢字文化圏の中国、韓国、日本は三国とも「大学生」を「学生」と言っていますが、ベトナムだけが「学生」と言わず「生員」を使用しています。「生員」とは科挙制度内の語で「郷試の受験資格を得た者」を指す語です。また、現在のベトナムで大学卒業の学位「学士」はcử nhân（挙人)、大学院修了の修士はthạc sĩ（碩士)、博士はtiến sĩ（進士）と呼んでおり、これらの語の中にも科挙制度の痕跡を残す語があります。cử nhân（挙人）は「郷試」の合格者のこと、tiến sĩ（進士）は「殿試」に合格した者を指す語です（なお、thạc sĩ（碩士）は官職についていない儒者に対する敬称のようです)。(*bằng* cử nhân / thạc sĩ / tiến sĩ 学士号／修士号／博士号の学位記)。次のような使い方ができます。

Anh Bình đang học chương trình *thạc sĩ.*　ビンさんは修士課程で学んでいます。

Nghe nói là cô Hoa sắp lấy *bằng tiến sĩ.*　ホア先生は近く博士号を取得するそうです。

Bài 12

基本文型・基本文法　Mẫu câu và Ngữ pháp cơ bản

1．**dường như ～：～のようだ**
Nhã nhạc đã có lúc dường như sắp biến mất, nhưng...
雅楽は一時は今にも消滅するように見えたけど、……

2．**đang có ～：～が行なわれている**
Ồ, đang có ‘chợ hoa’ kìa.
わー、ほら、あそこ、「花市」やってるよー！

3．**心的態度を表す文末詞 ～ chưa**
Cây Mai Bonsai này hoành tráng chưa!
このマイの木の盆栽、すっごく立派じゃない！

4．**thấyの使い方**
Có hình con rồng ở cả trên mái nhà lẫn cầu thang đấy, cậu thấy không?
屋根の上にも階段にもドラゴンがいるでしょ、見える？

5．**giốngの使い方**
(Mình) không biết rõ giống nhau, khác nhau thế nào nhưng...
どう似ていて、どう違うのか、はっきりは分からないけど、……

Hội thoại Du lịch Huế vào dịp Tết - 23

〈ở Huế〉

Uyên : Yui ơi, chuyến đi dài nhỉ. Từ Hà Nội đến Huế đi tàu đêm mất đến 14 tiếng nên cậu mệt rồi, phải không?

Yui : Ừ, mình hơi mệt một chút nhưng vẫn còn khỏe.

Uyên : Tốt quá! Vậy thì lên xích-lô về nhà mình thôi.

Yui : OK.

Yui : Ồ, **đang có** 'chợ hoa' kìa.

Uyên : Chúng mình xuống xe một chút, cùng đi xem 'chợ hoa' nhé!

Yui : Hoa Mai đẹp quá.

Uyên : Cậu nhìn này, cây Mai Bonsai này hoành tráng **chưa**! Mình hỏi thử giá thì người ta nói 400 triệu đồng. Số tiền này đủ mua được một chiếc xe ô-tô đấy!

Yui : Ồ, thật à? Đắt thế này, ai mà mua nổi!

Uyên : Đây là Cửa Ngọ Môn, cửa chính của Đại Nội Huế.

Yui : Ồ, bên trong rộng quá!

Uyên : Đây là nơi vua triều Nguyễn đã từng sống đấy. Nghe nói người ta xây dựng mô phỏng theo Tử Cấm Thành của Trung Quốc.

Yui : A, ở trên 'ngai vàng' có nhiều họa tiết hình rồng quá!

Uyên : Ừ, ở Việt Nam rồng là biểu tượng của vua chúa. Có hình con rồng ở cả trên mái nhà lẫn cầu thang đấy, cậu **thấy** không?

Yui : Ừ. A, mình **nghe thấy** tiếng nhạc gì đấy!

Uyên : Ừ, đó là nhã nhạc cung đình Huế đấy.

Yui : Nhã nhạc? Nhật Bản cũng có nhã nhạc nhưng mà...

Uyên : Đúng rồi, cả Việt Nam và Nhật Bản đều là quốc gia nằm trong vùng văn hóa chữ Hán nên có nhiều điều chung nhỉ. Cậu nghe thấy thế nào?

Yui : Mình chưa từng nghe nhã nhạc Nhật Bản nên không biết rõ **giống** nhau, khác nhau thế nào nhưng mình **thấy** nhã nhạc của Việt Nam nghe khá thú vị.

Uyên : Vì chiến tranh kéo dài, nhã nhạc đã có lúc **dường như** sắp biến mất, nhưng đã được khôi phục nhờ sự giúp đỡ của một giáo sư tốt bụng người Nhật Bản đấy.

Yui : Thế à, lần đầu tiên mình nghe đấy.
À, mình nghe nói có cả món ăn cung đình. Tối nay mình muốn ăn món ăn cung đình và trải nghiệm cảm giác làm vua chúa!

会話　テトのフエ旅行

〈フエで〉

Uyên：ユイ、長い旅だったね。ハノイからフエまで夜行列車に乗って14時間もかかったから、疲れたでしょう？

Yui　：うん、ちょっとだけ疲れたけど、でもまだ元気だよ。

Uyên：良かった！　じゃ、シックローに乗って私の家まで行こう！

Yui　：OK。

Yui　：わー、ほら、あそこ、「花市」やってるよー！

Uyên：ちょっと降りて、「花市」を見に行こうね！

Yui　：マイの花すっごくきれい！

Uyên：これ見て、このマイの木の盆栽、すっごく立派じゃない！　今値段を聞いてみたら、4億ドンだって。車一台が買える額だよ！

Yui　：えー、ほんと？　こんなに高くて、誰が買えるの？

Uyên：ここは午門、フエ王宮の正門だよ。

Yui　：わー、中は広いねー！

Uyên：グエン王朝の皇帝がかつて住んでいたところだよ。中国の紫禁城を模して造ったと言われてるの。

Yui　：あ、玉座にたくさん竜の形の装飾があるよ。

Uyên：うん、ベトナムでは竜は皇帝の象徴なの。屋根の上にも階段にもドラゴンがいるでしょ、見える？

Yui　：うん。あ、何か音楽が聞こえるよ。

Uyên：うん、これはフエの宮廷雅楽だよ。

Yui　：雅楽？　日本にも雅楽があるけど……。

Uyên：そうそう、ベトナムも日本も漢字文化圏の国だから、共通してることが多いね。雅楽、どう聞こえた？

Yui　：日本の雅楽を聞いたことがないから、どう似ていて、どう違うのか、はっきりは分からないけど、ベトナムの雅楽、いい感じだと思う！

Uyên：長く続く戦争のために、雅楽は一時は今にも消滅するように見えたけど、日本人の親切な大学教授からの助けもあって、元に戻すことができたのよ。

Yui　：そうなんだ。私初めて聞いたよ。
ところで、宮廷料理もあるって聞いたから、晩ご飯は王宮料理を食べて、今晩は皇帝になった感覚を体験しちゃうぞー！

語彙リスト　Bảng từ vựng　-24

会話

chuyến đi		旅
tàu đêm		夜行列車
hơi mệt một chút		ちょっとだけ疲れた　hơi＋形容詞：(程度に関して) 少し〜　một chút：(量について) 少し
lên		(乗り物に) 乗る、(高所に) 上る
xích-lô		シックロー
đang có 〜		(イベントを) 行なっている　⇒文法解説2
xuống		(乗り物から) 降りる
cây Mai Bonsai		盆栽のマイの木
chưa		心的態度を表す文末詞 (〜じゃないですか) ⇒文法解説3
Cửa Ngọ Môn	《ngọ môn 午門》	午門 (cửa：扉)
chính	《正》	主な、主要な、中心の　cửa chính：正門
vua		王、皇帝
triều Nguyễn	《朝阮》	グエン王朝
Tử Cấm Thành	《紫禁城》	紫禁城(しきんじょう)
ngai vàng		玉座
họa tiết	《画節》	装飾
hình	《形》	形
rồng		竜、ドラゴン
biểu tượng	《表象》	象徴、シンボル
vua chúa		皇帝
mái nhà		屋根
cầu thang		階段
nghe thấy		聞こえる　⇒文法解説4
tiếng nhạc	《nhạc楽》	音楽の音
nhã nhạc	《雅楽》	雅楽

cung đình	《宮廷》	宮廷
quốc gia	《国家》	国家
nằm		横たわる、位置する
chung		共通の、共有する
giống nhau		互いに似ている ⇒文法解説5
kéo dài		長引く、長く続く
dường như ～		～のようだ ⇒文法解説1
biến mất	《biến 変》	消滅する、消える、姿を消す
khôi phục	《恢復》	回復する、元に戻る、(失われたデータを) 復元する
tốt bụng		親切だ、優しい

文法解説

hối hận	《悔恨》	後悔する
bỏ lỡ cơ hội	《cơ hội 機会》	チャンスを逃す
đơn giản	《単簡》	簡単な
thực tế	《実際》	実際は
mọi thứ		全てのものとこと、あらゆる物事、全ての種類
mạnh mẽ		力強い、強い
hơn bao giờ hết		いつよりも、かつてなく
đám cưới		結婚式
hoãn	《緩》	延期する hoãn đến ～：～まで延期する
thân thiết	《親切》	互いに近しい感情がある
mải		(mải＋動詞) 夢中になって～する、～に没頭する mải suy nghĩ：考えに没頭する
hòa nhạc	《和楽》	音楽コンサート
đám tang	《tang 喪》	葬式
lễ hội pháo hoa	《礼会炮花》	花火大会
thời sự	《時事》	ニュース
phim hoạt hình	《hoạt hình 活形》	アニメ映画
thư pháp	《書法》	書道

cô dâu		花嫁
tội nghiệp	《罪業》	かわいそう
ngã		転ぶ
giờ thi		試験の時間
chết		ひどい、だめだ（好ましくない事柄について）
côn trùng	《昆虫》	昆虫
trống		太鼓
kêu		（動物などが）鳴く、吠える
dáng người		スタイル（dáng：姿　người：身体）
thon thả		（身体の）スタイルがいい、（手指が）ほっそりしている
đứa con		子ども（血縁関係を意識した場合の「誰々の子ども」）
tính cách	《性格》	性格
cảng	《港》	港

練習問題

sinh vật	《生物》	生物
nắng nóng		猛暑
bán đảo	《半島》	半島
dữ liệu	《與料》	データ
xóa		消す、消去する
riêng		個人の、私の

文法解説　Giải thích ngữ pháp

1．dường như ～：～のようだ

会話の中にウエンの次の発話があります。

Vì chiến tranh kéo dài, nhã nhạc đã có lúc dường như sắp biến mất, nhưng...
長く続く戦争のために、雅楽は一時は今にも消滅するように見えたけど、……

dường như ～の形式で「～のようだ」の意味です。上記発話の文字通りの訳は「雅楽は今にも消滅するようであったけれど」です。例を見ましょう。

・Chị Hoa dường như đang mệt.　ホアさんは疲れているようだ。
・Chị ấy dường như không quan tâm đến vấn đề môi trường.
　彼女は環境問題に関心がないようだ。
・Anh ấy dường như đang hối hận vì đã bỏ lỡ cơ hội.
　彼はチャンスを逃したゆえに後悔しているようだ。
・Công việc này dường như đơn giản nhưng thực tế lại rất phức tạp.
　この仕事は簡単なように見えるが、実際にはとても複雑だ。
・Ở Fukushima, mọi thứ dường như đang được khôi phục lại, nhanh và mạnh mẽ hơn bao giờ hết.
　福島では、全てがかつてなく急速に力強く復興しているように見える。

この**dường như** ～（～のようだ）は、『初級』15課で紹介したcó vẻ ～を利用して、**có vẻ như** ～と置き換えられる場合も多く、上の五つの例は全てどちらも使えます。どちらも**状況に基づいての判断を述べる**形式ですが、**dường như** ～の方が**có vẻ như** ～よりもやや書き言葉的であり、使用範囲が広いです。vẻは「様子、姿」の意味ですので、**第三者として外部の様子を見て判断している場合**に用いられ、**dường như** ～は外部の状況とともに、主観的な判断や自身の状況についても用いることが可能です。

①Đám cưới của hai người đó {○ dường như / ○ có vẻ như} đã bị hoãn đến sang năm.　あの二人の結婚式は来年まで延期されたようだ。
②{○ Dường như / × **Có vẻ như**} chúng tôi không còn thân thiết nữa.
　私たちはもう親しく心が通じてはいないようだ。

例①は**第三者としての判断**ですので、どちらの形式も使用しますが、②は**自**

身の主観的な判断ですので、**dường như** ～を使用するのが普通です。

２．đang có ～：～が行なわれている

会話に次の発話があります。

Ồ, đang có 'chợ hoa' kìa.　わー、ほら、あそこ、「花市」やってるよー！

đang＋動詞（進行形〈～している〉）の形式は『初級』７課で学びました。đangに後接する動詞としては、đang **ăn**、đang **đọc**、đang **viết**など、多くの場合、動作の継続が可能な動詞群です。

・Tôi đang ăn cơm.　私はご飯を食べています。
・Anh ấy đang mải suy nghĩ.　彼は真剣に考え込んでいます。
・Anh đang cầm cái gì trong tay đấy?　手の中に何を持ってるの？
・Trời đang mưa to.　大雨が降っています。

この課ではđang cóという形でcó（①「ある〈存在文で〉」、②「持っている、所有している」、③「〈友人、家族が〉いる」）が後接しています。日本語では、「ある、いる」（状態動詞）には「～ています」の形はありませんが（× あっています、× いています）、ベトナム語では可能です。

「**đang có＋イベント・行事など**」で「イベント・行事などが行われている／をやっている」を表します。お祭り（lễ hội）、展覧会（triển lãm）、音楽コンサート（hòa nhạc）、結婚式（đám cưới）、葬式（đám tang）、ニュース等のテレビ番組などです。例を見ておきましょう。

・A, đằng kia đang có lễ hội kìa.　あっ、あっちでお祭りやってるよ。
・Bây giờ ở Nagaoka đang có lễ hội pháo hoa!　今長岡で花火大会をやってます。
・Đang có thời sự đấy.　ニュース（の番組）、やってるよ。
・Đang có phim hoạt hình đấy.　アニメ映画（の番組）、やってるよ。
・Ở Hà Nội, đang có triển lãm thư pháp Việt Nam.
　ハノイでベトナム書道展が行なわれています。

そのほか、「（心配事などを）抱えている」という使い方もあります。

・Dường như chị ấy đang có điều gì lo lắng.　彼女は何か心配なことがあるようだ。

日本語では状態動詞の「ある」「いる」、助動詞「だ」には通常「〜ている」は接続しませんが（× 祭りがあっている、× 今家にいている、× アリは昆虫でいる）、ベトナム語では có（ある）だけでなく、ở（いる）も là（〜だ）も đang と結び付くことができます。đang を付すことによって**状態の継続を明確にする**効果が生まれます。

・Bây giờ chị đang ở nhà không?　あなた、今、家にいるの？
・Bây giờ ở nước bạn đang là mùa gì?　今あなたの国では何の季節ですか。

3．心的態度を表す文末詞 〜 chưa

本課会話に次の発話があります。

Cậu nhìn này, cây Mai Bonsai này hoành tráng chưa!
これ見て、このマイの木の盆栽、すっごく立派じゃない！

この文末に置かれた chưa は「目の前に展開している事物、事柄について、話し手が自身の思い、感激などを相手に共有してほしい、同感・同意を得たい」ということを伝える形式です。日本語には「うわー、これ見て、**すごくない（ですか）？**」と相手に問いかけ、自分の気持ちに共感してほしいと伝える言い方がありますが、それに近い表現です。**chưa** はすでに学んだように文末に置いて疑問を表す機能を有しており（No chưa?：お腹いっぱいになった？）、日本語と同様に疑問の形式を借りて、同感してほしい気持ちを伝えています。

・A：Cái bút này đáng yêu chưa!
　　このペン、かわいくないですか。（すごくかわいいでしょ！）
　B：Ừ, đáng yêu nhỉ.　うん、かわいいねー。
・A：Bạn này giỏi chưa!　この子、勉強できすぎじゃない！（すごく優秀でしょ！）
　B：Ừ, không thể tin được!　うん、信じられない！
・A：Cô dâu xinh chưa!　お嫁さん、きれいすぎじゃない！（すごくきれいでしょ！）
　B：Ồ, xinh thật đấy!　わー、本当にきれい！
・A：Tội nghiệp chưa, thằng bé ngã đau quá!
　　男の子、かわいそうじゃない、転んで、痛そう！（すごくかわいそうでしょ！）
　B：A, trông đau quá!　あー、すごく痛そう！
・A：Chị ơi, em bị muộn giờ thi rồi!　お姉ちゃん、私、試験時間に遅れちゃった！
　B：Chết chưa!　それってだめじゃない！（だめね、自分のせいでしょ！）

4．thấyの使い方

本課の会話には次のようなthấyが出現しました。

Có hình con rồng ở cả trên mái nhà lẫn cầu thang đấy, cậu thấy không?
屋根の上にも階段にもドラゴンがいるでしょ、見える？
A, mình nghe thấy tiếng nhạc gì đấy!　あ、何か音楽が聞こえるよ。
...mình thấy nhã nhạc của Việt Nam nghe khá thú vi.
……ベトナムの雅楽、いい感じだと思う！

thấyについて整理しておきましょう。以下のthấy（～が見える）、tìm thấy（～が見つかる）、nghe thấy（～が聞こえる）などの日本語の訳語は「自動詞」になっていますが、ベトナム語の方は全て他動詞ですので、基本的には目的語を有し、「主語＋他動詞＋目的語」の語順となっています。

Ⅰ thấy：

①見える、映像が目に入って来る

・Tôi thấy chị Hoa từ xa.　遠くにホアさんが見えた。

・Anh có thấy con côn trùng nhỏ kia không?　あの小さい昆虫が見える？

②見かける

・Lúc nãy tôi thấy anh Hùng đang đọc sách ở trong thư viện.
さっき図書館で読書しているフンさんを見かけた。

③（物事の状況について）考える、認識する、思う

・Anh thấy thế nào về chính trị Nhật Bản?　日本の政治についてどう思いますか。

Ⅱ tìm thấy：見つかる（発見される、見つけることができる）、見つける

・(Tôi) Không tìm thấy con Mực ở đâu cả.
（犬の）ムックが見つからない。（10課会話）

・Tôi không thể nào tìm thấy tài liệu để viết luận văn.
論文を書くための資料をどうしても見つけることができない。

Ⅲ nhìn thấy / trông thấy：見かける、見える、映像が目に入って来る

・Hả, lúc nãy mình vừa nhìn thấy nó trên đường về nhà mà!
えー、さっき、帰って来る途中で見かけたけど。（10課会話）

・Lúc đó chị đã trông thấy gì?　その時、あなた何を見たの？

Ⅳ nghe thấy：聞こえる（文字通りの意味は「聞いて認識する」）

・A, tôi nghe thấy tiếng trống từ xa!　あっ、遠くから太鼓の音が聞こえる！

・A, cậu có nghe thấy tiếng côn trùng kêu không?
あっ、あなた虫の音が聞こえる？

Ⅳ cảm thấy：感じる

・Thật ra, mình mới đến Việt Nam được ba ngày thôi, chưa có bạn bè nên cảm thấy hơi buồn một chút.
実はベトナムに来たばかりで、今日が3日目で、まだ友達もいなくて、ちょっと心細かったんです。（1課会話）

・Tôi cảm thấy bản thân mình đã dần dần thay đổi.
（私は）自分自身がだんだん変わってきたように感じます。（4課練習問題Ⅳ）

・Tôi cảm thấy phụ nữ Việt Nam có dáng người thon thả.
私は、ベトナムの女性はスタイルがいいと感じています。

5．giốngの使い方

本課会話に次の発話があります。

Mình chưa từng nghe nhã nhạc Nhật Bản nên không biết rõ giống nhau, khác nhau thế nào...
日本の雅楽を聞いたことがないから、どう似ていて、どう違うのか、はっきりは分からない……

ここでgiống với、giống nhau、giống như (là)を整理しておきましょう。

Ⅰ giống với＋名詞：～に似ている（**với**が落ちることもある）

Mình hiểu rồi. Giống 'Tsukemen' của Nhật nhỉ.
分かったわ。日本の「つけ麺」に似てるのね。（2課会話）

A, 'osekihan' à. Giống 'xôi đậu đỏ' của Việt Nam nhỉ!
あー、「お赤飯」ね。ベトナムの「小豆おこわ」と似てるね！（7課会話）

・'Bánh tét' có nguyên liệu và hương vị khá giống với 'bánh chưng' của Hà Nội.
「バインテット」は材料と香りがハノイの「バインチュン」にかなり似てるの。(11課会話)

・Hai đứa con gái của tôi trông rất giống (với) bố.
私の二人の娘は父親によく似ています。

・Tính cách con gái tôi giống (với) chồng tôi.　娘の性格は夫に似ている。

Ⅱ giống nhau：複数の〜は互いに似ている

・Hai chị em đó trông giống nhau.　あの姉妹は互いに似ている。

・Hai ngôi nhà đó giống nhau.　あの2軒の家は互いに似ている。

・Ba anh em đấy trông giống nhau.　あの3兄弟は似ている（似て見える）。

Ⅲ giống như (là)：〜と同様だ、〜と同様に

・Huế là cố đô của Việt Nam, giống như Kyoto của Nhật Bản, ...
フエは、日本の京都と同様、ベトナムの古都で、……（11課会話）

・Hơn nữa, hình ảnh người và động vật ở trong áp-phích còn được vẽ cách điệu, giống như là 'tranh minh họa' được vẽ tối giản hóa vậy ạ.
それから、ポスターの中の人と動物の姿はデフォルメされていて、簡略化して描かれたイラストと同様です。(13課会話)

・Giống như Yokohama của Nhật Bản, Hải Phòng là thành phố cảng lớn của Việt Nam.　日本の横浜と同様に、ハイフォンはベトナムの大港湾都市です。

Kinh thành Huế　フエの王宮

練習問題　Bài luyện tập

問題Ⅰ　次の（　　）に最も適当な動詞を［　　］から選んで書きなさい。

1. Trong nửa thế kỷ này, nhiều loại sinh vật đã (　　　) khỏi trái đất rồi.
（この半世紀の間に、多くの生物が地球から姿を消した）
2. Mùa hè năm nay nắng nóng (　　　).（今年の夏は猛暑が長引いている）
3. Tính cách con trai tôi (　　　) với vợ tôi.（息子の性格は妻に似ています）
4. Hội nghị đó đã được (　　　) đến tuần sau.（その会議は来週まで延期された）
5. Việt Nam (　　　) trong bán đảo Đông Dương.
（ベトナムはインドシナ半島に位置している）
6. Anh ấy có phần mềm có thể (　　　) lại dữ liệu đã xóa.
（彼は消去したデータを復元するソフトを持っている）

ア giống　イ nằm　ウ khôi phục　エ biến mất　オ kéo dài　カ hoãn

問題Ⅱ　次の（　　）に適当な語を［　　］から選んで書きなさい。

1. Sáng nay tôi đã (　　　) cô Hoa ở trong khuôn viên trường đại học.
（今朝大学のキャンパスでホア先生を見かけた）
2. Chị (　　　) thế nào về vấn đề này?（この問題についてどう思いますか）
3. Gần đây tôi (　　　) không khỏe.（最近、体調が悪いと感じている）
4. Anh ấy dường như đã (　　　) con đường riêng cho mình.
（彼は自分自身のための道を見つけたようだ）
5. A, (　　　) tiếng chim hót đấy.（あっ、鳥の鳴き声が聞こえるよ）

ア cảm thấy　イ nghe thấy　ウ nhìn thấy　エ thấy　オ tìm thấy

問題Ⅲ 日本語と同様の意味になるようベトナム語を並べかえなさい。

1. hối hận / **anh ấy** / đang / bỏ lỡ / dường như / vì / cơ hội / đã
(彼はチャンスを逃したゆえに後悔しているようだ)
→ **Anh ấy** ＿＿＿＿＿＿＿＿＿＿＿＿＿＿＿＿.

2. **bây giờ** / nước bạn / ở / mùa gì / đang là (今あなたの国では何の季節ですか)
→ **Bây giờ** ＿＿＿＿＿＿＿＿＿＿＿＿＿＿＿＿?

3. chưa / đáng yêu / **cái bút này** (このペン、かわいくないですか)
→ **Cái bút này** ＿＿＿＿＿＿＿＿＿＿＿＿＿＿＿＿!

4. hoàn toàn giống nhau / **2 từ này** / phát âm (この2語は発音が完全に同じだ)
→ **2 từ này** ＿＿＿＿＿＿＿＿＿＿＿＿＿＿＿＿.

5. **bây giờ** / triển lãm 'thư pháp' / ở Ueno, / đang có
(今上野で書道展をやっています)
→ **Bây giờ** ＿＿＿＿＿＿＿＿＿＿＿＿＿＿＿＿.

コラム：ベトナム人のフィールズ賞受賞者

「数学のノーベル賞」とも言われる「フィールズ賞（Huy chương Fields）」。4年に一度、2名以上4名以下の、40歳以下の数学者に贈られる。日本人のフィールズ賞受賞者は2020年現在で3名。最初の受賞者は小平邦彦（1954年受賞）、続いて広中平祐（1970年受賞）、そして森重文（1990年受賞）。ベトナム人受賞者も1名いる。数学者（nhà toán học）Ngô Bảo Châuがその人。Châuは1972年のハノイ生まれ、高校生の時、国際数学オリンピックで2大会連続して（1988, 1989年）金メダルを獲得した天才少年として名を馳せた。その後パリに留学、2004年にはパリ第11大学の数学教授に就任、2010年にベトナム人として初めてフィールズ賞を受賞した。

日本もベトナムも、そろそろ次のフィールズ賞受賞者を心待ちにしている。

Bài 13

基本文型・基本文法　Mẫu câu và Ngữ pháp cơ bản

1．**cứ＋動詞：どうぞ〜してください**
Cô cứ từ từ xem nhé.
どうぞ、ゆっくり見てくださいね。

2．**心的態度を表す文末詞 〜 rồi：〜だよ（断定）**
Đúng rồi.
そのとおりだよ。

3．**心的態度を表す文末詞 〜 hả ?：〜のでしょうか**
Thế không có tấm áp-phích vẽ Bác Hồ hả ông?
ところで、ホーおじさんを描いたポスターはないんですか。

4．**使役表現**
Những lời của Bác thường làm cho tinh thần nhân dân phấn khởi.
ホーおじさんの言葉は人民の精神を奮い立たせるからね。

5．**saoについて**
Cô thử đọc cả ‘Tuyên Ngôn Độc Lập’ năm 1945 mà Bác Hồ đã viết xem sao.
ホーおじさんが書いた1945年の「独立宣言」も読んでみてはいかがですか。

Hội thoại Áp-phích cổ động - 25

〈ở tiệm áp-phích〉

Yui : Chào ông ạ. Cháu vào xem một chút có được không ạ?

Ông chủ : Chào cô. Được chứ. Cô cứ từ từ xem nhé.

Yui : Ông ơi, tất cả mọi áp-phích ở đây đều là áp-phích 'phản đối chiến tranh', 'cổ động ý chí phấn đấu của nhân dân', phải không ông?

Ông chủ : Đúng rồi.

Yui : Tất cả đều có 'thủ pháp' đặc biệt quá ạ.

Ông chủ : Cô thấy thế nào?

Yui : Cháu thấy 'cách sử dụng màu' rất đặc trưng, gồm có năm màu cơ bản: đỏ, xanh, vàng, đen và trắng.

Ông chủ : Đúng thế. Có nhiều bức tranh được vẽ bằng màu cơ bản.

Yui : Hơn nữa, hình ảnh người và động vật ở trong áp-phích còn được vẽ cách điệu, giống như là 'tranh minh họa' được vẽ tối giản hóa vậy ạ.

Ông chủ : Vì những bức tranh này đều là 'Áp-phích cổ động' mà chính phủ dùng để tuyên truyền tới người dân. Ở đây có viết "BẢO VỆ HÒA BÌNH THẾ GIỚI", rồi thì "CHUNG MỘT LÝ TƯỞNG". Còn đây là áp-phích trong thời chiến tranh chống Mỹ cứu nước, có câu "SẴN SÀNG CHIẾN ĐẤU CHỐNG MỸ CỨU NƯỚC". Cả tranh lẫn thông điệp đều rất dễ hiểu.

Yui : Tranh nào cũng đẹp đúng chuẩn tranh áp-phích, ông nhỉ.
Thế không có tấm áp-phích vẽ Bác Hồ hả ông?

Ông chủ : Tất nhiên là có rồi, ở phòng bên cạnh có rất nhiều. Những lời của Bác thường làm cho tinh thần nhân dân phấn khởi. Trong áp-phích này, ở dưới hình ảnh Bác có viết là "Dù có phải đốt cháy cả dãy Trường Sơn, quyết phải giành lấy độc lập cho Tổ quốc".

Yui : "Đốt cháy cả dãy Trường Sơn", quả là một lời nói gây ấn tượng mạnh mẽ ông nhỉ.

Ông chủ : Thật đúng thế cô ạ. Cô thử đọc cả 'Tuyên Ngôn Độc Lập' năm 1945 mà Bác Hồ đã viết xem sao.

Yui : Vâng ạ, cháu sẽ cố gắng tìm hiểu về Việt Nam nhiều hơn nữa.

会話　プロパガンダポスター

〈ポスター店で〉

Yui　　：こんにちは、おじさん。ちょっと入って見てもいいでしょうか。

Ông chủ：こんにちは、お嬢さん。いいですとも。どうぞ、ゆっくり見てくださいね。

Yui　　：おじさん、ここにあるポスターはどれもみな、「戦争に反対」したり、「人民の奮闘努力の意志を高揚」したりするポスターですよね？

Ông chủ：そのとおりだよ。

Yui　　：みんなすっごく特別な「手法」を持ってますね。

Ông chủ：お嬢さんはどう思います？

Yui　　：「色使い」が特徴的で、赤、青、黄、黒、白の五原色を含んでると思います。

Ông chủ：そのとおり。原色で描かれている絵が多いね。

Yui　　：それから、ポスターの中の人と動物の姿はデフォルメされていて、簡略化して描かれたイラストと同様です。

Ông chủ：というのは、これはみんな政府が人民に宣伝するために使った「プロパガンダポスター」なんだ。ここには「世界平和を守ろう」、それから「一つの理想を共有しよう」と書いてあるね。一方これは抗米救国戦争時代のポスターだけど、「進んで闘おう、アメリカに抗し国を救おう」っていうフレーズがある。絵もメッセージもとても分かりやすいんだ。

Yui　　：どの絵もみんなポスター画としての基準を満たしていて美しいですね。ところで、ホーおじさんを描いたポスターはないんですか。

Ông chủ：もちろんあるとも、隣の部屋にたくさんありますよ。ホーおじさんの言葉は人民の精神を奮い立たせるからね。このポスターには、ホーおじさんの姿の下のところに、「たとえチュオンソン山脈の全体を焼き尽くさなければならないことがあっても、必ずや祖国のために独立を勝ち取らなければならない」と書いてある。

Yui　　：「チュオンソン山脈の全体を焼き尽くす」の部分はなんて強い印象を引き起こすフレーズであることでしょう。

Ông chủ：本当にその通りだね。ホーおじさんが書いた1945年の「独立宣言」も読んでみてはいかがですか。

Yui　　：はい、もっとベトナムのことを理解するように頑張ります。

語彙リスト　Bảng từ vựng　-26

会話

áp-phích		ポスター（仏語afficheから）
cổ động	《鼓動》	（思想などを）組織的に宣伝する、啓発運動をする
ông	《翁》	祖父、おじいさん（ここではユイから見て自身の祖父ぐらいの年齢の男性なのでôngと呼び、自分をcháu〈孫〉と呼んでいる）
ông chủ	《翁主》	店主
cô		（若い女性に対して）あなた
cứ	《拠》	どうぞ～してください　⇒文法解説1
từ từ	《徐徐》	ゆっくり（ゆとりをもって）mời các bạn nghỉ từ từ：皆さんどうぞごゆっくりお休みください cf. chầm chậm：ゆっくり（動作）　đi bộ chầm chậm：ゆっくり歩く
phản đối	《反対》	反対する
ý chí	《意志》	意志
phấn đấu	《奮闘》	奮闘努力する
rồi		～だよ（断定）　⇒文法解説2
thủ pháp	《手法》	手法、方法と技巧
đặc trưng	《特徴》	特徴
màu cơ bản	《cơ bản 基本》	原色　5 màu cơ bản：五原色
hình ảnh	《形影》	姿形、絵
vẽ cách điệu	《cách điệu 格調》	原形を誇張して描く、象徴的な線を目立つように描く
tranh minh họa	《minh họa 明画》	イラスト
tối giản hóa	《最簡化》	簡略化する、必要最小限まで省略する
tuyên truyền	《宣伝》	（思想などの）宣伝、プロパガンダ
hòa bình	《和平》	平和
rồi thì		それから、その次に（付け加える意味で使用する）
lý tưởng	《理想》	理想

chống Mỹ cứu nước	《Mỹ美、cứu救》	抗米救国（ベトナムではベトナム戦争のことを抗米救国戦争と呼ぶ）
sẵn sàng		（sẵn sàng＋動詞）決意と覚悟をもって〜する
chiến đấu	《戦闘》	闘う
thông điệp	《通牒》	メッセージ
đúng chuẩn	《chuẩn 準》	基準に合致している
thế		では、ところで（接続詞）
hả		えー、はぁー　⇒文法解説3
làm cho		〜させる　⇒文法解説4
tinh thần	《精神》	精神
phấn khởi	《奮起》	奮い立つ
đốt cháy		燃やす、焼き尽くす
dãy		山脈
quyết	《決》	必ずや〜する
giành lấy		勝ち取る、獲得する
Tổ quốc	《祖国》	祖国ベトナム
lời nói		言葉
gây		引き起こす
ấn tượng	《印象》	印象
thử 〜 xem sao		（…は）どんなか〜してみる　⇒文法解説5
tìm hiểu		調べて理解する、調査・研究する

文法解説

tự nhiên	《自然》	自由な、くつろいでいる
buồn		（buồn＋動詞）〜したい（ngủ, cười などと結び付く）
khoe		自慢する
pháo	《炮》	爆竹
nổ		爆発する
đúng		（情報などが）正確だ、正しい（『初級』22課）
phải		正しい（社会の約束事などに合っている）
dự	《与》	出席する、参加する

sôi		（お湯が）沸く
thủ phạm	《首犯》	犯人
chuẩn bị sẵn	《chuẩn bị 準備》	前もって準備する
tiền mặt		現金
phong trào quần chúng	《風潮群衆》	大衆運動
bực mình		怒る、不満に思う
đau đớn		（肉体的に）痛い、（精神的に）辛い
Hoa Kỳ	《花旗》	米国（アメリカの正式名称Hợp chúng quốc Hoa Kỳ《合衆国花旗》の略）
sao		コピーする
thành	《成》	～になる

練習問題

Liên Minh Châu Âu	《連盟洲欧》	欧州連合（EU）
phát xít		ファシズム、ファシスト
thế mà		それにもかかわらず
hơn ～		～以上
lợi dụng	《利用》	利用する
lá cờ		旗（láは類別詞）
bác ái	《博愛》	博愛、友愛
cướp		強奪する
áp bức	《圧迫》	抑圧する
hành động	《行動》	行動
chúng		彼ら
trái với		～に反する
nhân đạo	《人道》	人道
chính nghĩa	《正義》	正義
xâm lăng	《侵凌》	侵略する
Đông Dương	《東洋》	インドシナ

căn cứ	《根拠》	基地
Đồng minh	《同盟》	連合国
quỳ gối		膝を屈する
đầu hàng	《投降》	投降する、降伏する
rước		盛大に客を迎える
từ đó		それから、それ以来
dân ta	《dân 民》	我が民
tầng	《層》	層、階
xiềng xích		手枷足枷（てかせあしかせ）
càng		より一層、もっと
cực khổ	《極苦》	貧困による苦しみ
nghèo nàn		極貧
kết quả là ～	《kết quả 結果》	～という結果を招く
Quảng Trị		クアンチ（北中部にある地域）
Bắc Kỳ	《北圻》	ハノイを含む北部地域の名称（フランスはベトナムを三つの地域、Bắc Kỳ、Trung Kỳ《中圻》、Nam Kỳ《南圻》に分割して統治した）

文法解説　Giải thích ngữ pháp

1．cứ＋動詞：どうぞ～してください

「cứ＋動詞」の形式は10課で紹介しました（**ただただ～するのcứ**）。

・Hồi đó tôi **cứ** muốn đi sang nước ngoài.
　その頃、私はただただ外国に渡ることを望んでいました。

ここで、もう一つの「**cứ＋動詞**」の使い方も確認しましょう。会話の中にポスター店主の次の発話があります。

Cô **cứ** từ từ xem nhé.　どうぞ、ゆっくり見てくださいね。

この「cứ＋動詞」は『初級』9課で紹介しましたが、復習しておきます。「話し手が、**相手の気持ちに寄り添って、相手が欲する行動を承認し支持している**

ことを示す」という心的態度を示しています。ポスター店主はユイがポスターを見たがっていることを感じ取り、その行為を認め支持していることをユイに伝えるために**cứ** + **xem**の形式を採用しています（**相手の気持ちに寄り添うcứ**）。

cứは「相手が行なおうとする行為を肯定し、支持し、周囲の人や物事を気にせずに、どうぞ行動してください」という話し手の気持ちを表しているので、文末に ～ đi（促しのđi, 7課）が添えられ、cứ ～ điの呼応が起きることもあります。例を見ておきましょう。

・Chị cứ nói đi.　どうぞ（構わないから）そのまま話してください。
・Anh cứ đi đi.　どうぞ（構わないから）行ってください。
・Anh không cần dậy, anh cứ nằm.
　身体を起こさなくていいです、どうぞそのまま横になっていて。（医者が患者に）
・Anh cứ ăn tự nhiên.　どうぞご自由に召し上がって。
・Em cứ làm gì em thấy vui.　楽しいと思うことをどんどん何でもして。

また、『初級』17課ではcứ như là ～「まるで～のようだ」を紹介しました。

・Nhà anh Bình rất to, cứ như là khách sạn.
　ビンさんの家は大きくて、まるでホテルのようです。
・Đây cứ như là vườn hoa.　ここはまるで花の園のようです。

「cứ」にはほかの用法、cứ A thì / là Bの形で「～する時はいつも…、～すると毎回決まって…」（**超時のcứ**）もあります。

・Cứ đến mùa xuân thì hoa nở.　春になると花が咲きます。
・Tôi cứ đọc sách là buồn ngủ.　私は読書すると決まって眠くなります。
・Hiệu bánh mì đó cứ đến 5 giờ là đóng cửa.
　そのパン屋さんは5時になると必ず閉店します。

11課で紹介した、同様の意味を表す「hễ A thì / là B」と「cứ A thì / là B」を比較すると、hễ ～ の方がやや書き言葉的で、cứ ～ の方がやや口語的です。

・Hễ đọc sách thì tôi buồn ngủ.　私は読書すれば、眠くなります。
・Hễ gặp là họ cãi nhau ngay.　彼らは会えば、すぐけんかになります。

最後に『初級』22課で学んだcứ mỗi khi 〜 thì / là …（〜するたびに…）と、同じ用法のcứ mỗi dịp 〜 thì / là …（〜のたびに…）の形式も整理します（**するたびにのcứ**）。（15課文法解説も参照）

Bài 13

・Cứ mỗi khi anh Bình đến đây thì lại khoe con mình.
ビンさんはここに来るたびに子どもの自慢をします。

・Hồi xưa cứ mỗi dịp Tết là nghe thấy pháo nổ.
昔はテトのたびに爆竹がはじける音が聞こえたものです。

cứについては15課文法解説3も参照してください。

2．心的態度を表す文末詞 〜 rồi：〜だよ（断定）

「話し手の**肯定し断定する気持ち**（充分に〜だ、とても〜だ）を表明する」rồiを紹介します。本課に次の発話があります。

Đúng rồi.　そのとおりだよ。

また、5課には次の発話がありました。

Yui　：Pháp đã xây dựng tòa nhà này mô phỏng theo 'Nhà hát Opera Paris', phải không?「パリのオペラ座」を模してフランスが造ったんでしょう？

Uyên：Đúng rồi. Pháp đã xây dựng 'Nhà hát lớn' để chỉ rõ 'quyền uy của chính quyền thực dân Pháp'.
そのとおり。フランスは「フランス植民地政権の権威」を明確に示すために造ったの。

この二つのrồiは話し手の「**確かに**」という、**肯定し断定する**心的態度を表します。ほかの例も見ておきましょう。

・A：Chị ấy quê ở Hải Dương, có đúng không?
彼女は故郷がハイズオンですよね？
　B：Đúng rồi.　そのとおりです。

・A：Ở Việt Nam, công dân đủ 18 tuổi trở lên có quyền bầu cử, có phải không?
ベトナムでは満18歳以上の国民は選挙権を持ってるんですよね？
　B：Phải rồi.　そのとおりです。

・A：Cậu sẽ dự đám cưới chị Hoa nhỉ?　ホアさんの結婚式、出るよね？
　B：Tất nhiên rồi.　当然ですよ。

・Uyên：Yui ơi, chiều mai cậu có rảnh không? Nếu được, cùng đi ăn trưa nhé!
ユイ、明日の午後、空いてる？　もし良ければ、一緒にランチに行きましょうね。
Yui　：Ồ, thật không? Nhất định rồi.　わー、本当？　ぜひぜひ！（1課会話）

上記の二つ目の発話では、Đúng.（正確だ）、Phải.（正しい）、Tất nhiên.（当然だ）、Nhất định.（必ず）だけでも意味は分かりますが、それぞれ**rồi**を付すことによって、話し手の「**確かに**」と**肯定し断定する**気持ちが表されて（**断定のrồi**）、コミュニケーションに安定感が生まれ、完結する雰囲気です。rồiがない場合には、直後に何か発言が続きそうです。三つ目の例であれば、Tất nhiên, chị Hoa là người tớ yêu quý nhất!（当然、ホアさんは私が一番大切にしている人です）のようになります。

ここで、rồiの基本的な使い方を整理しておきましょう。

Ⅰ (đã) ～ rồiで完了（既に／もう～した／している）を表す。また、(đã) ～ chưa?への回答で応答詞になる（『初級』10課）

・A：Bạn đã đợi mình lâu chưa?　長く待った？
　：Rồi, tôi (đã) đợi bạn lâu rồi.　うん、長い時間待ったよ。
・Chị（姉）　：Em ơi, bố (đã) về chưa?　父さん、帰ってきた？
Em gái（妹）：Rồi, (bố) về rồi.　うん、もう帰ってきたよ。

Ⅱ **動詞**$_1$＋rồi＋**動詞**$_2$の形式で、動詞$_1$の直後に動詞$_2$が発生することを表す

・Mẹ　：Con ơi, nhớ làm bài tập đi.　宿題を忘れずにしてね。
Con：Dạ, con ăn cơm xong rồi làm.　はーい、ご飯食べてからやる。
・Đợi nước sôi rồi bỏ rau vào.　お湯が沸くのを待って、野菜を入れます。
・Tôi thường đánh răng rồi ăn cơm sáng.　いつも歯を磨いてから朝ご飯を食べます。

さらに、この使い方から派生して接続詞的な使用法「それから」があります。

・Trước hết, lấy lượng rau tùy theo ý thích cho vào nước chấm, sau đó lấy một ít bún chấm vào nước, rồi ăn cùng chả và rau.
まず、野菜を好きなだけ取ってタレの中に入れるの、次にブンを少し取ってタレにつけて、それからチャーと野菜と一緒に食べるの。（2課会話）

Ⅲ 話し手の**肯定し断定する気持ち**（充分に～だ、とても～だ）を表明する

・Đúng rồi!　全くそのとおり！

・Tất nhiên rồi!　当然！（もちろんだよ！）
・Được rồi!　いいですよ！
・Đẹp lắm rồi!　充分に美しいですよ！
・Nhất định rồi!　ぜひとも！（必ず！）

3．心的態度を表す文末詞 ～ hả？：～のでしょうか

hảは文頭に置かれて、**受け答えの言葉**として用いられ、「意外なことで驚きをもっている」という気持ちを表す語です。「意外なこと」を表明する**hả**は日本語の「はぁ」（ゆるやかに尻上がり）と音も声の調子も近く、日本語と同様に、**通常、親しい間柄で使われる語**です。本テキストでは「えー」と訳出していますが、出現は以下の通りです。

・Hả, lúc nãy mình vừa nhìn thấy nó trên đường về nhà mà!
　えー、さっき、帰って来る途中で見かけたけど。（10課会話）
・Uyên：Yui ơi, cậu giới thiệu cho mình về Nhật Bản đi.
　　　　ユイ、日本について教えて。
　Yui　：Hả, giới thiệu gì về Nhật Bản?　えー、日本の何を紹介するの？（7課会話）
・Hả, chẳng phải là tuần sau rồi à!　えー、もう来週じゃないの！（9課会話）

さて、本課に次の発話があります。

Thế không có tấm áp-phích vẽ Bác Hồ hả ông?
ところで、ホーおじさんを描いたポスターはないんですか。

hảの二つ目の使い方は「**否定文／疑問文＋hả**」の形で文末に置かれて親しみを感じている聞き手に対し、「**内容の伴った返答を期待している**」ことを伝えます。本課ではkhông có tấm áp-phích vẽ Bác Hồ（ホーおじさんを描いたポスターはありません）という否定文に**hả** ông?が後置しています。そのほかの例を見ておきましょう。

・Không phải người Việt Nam thường ăn sáng ở nhà, hả anh?
　ベトナムの人は普通朝ご飯を家で食べるのではないんですよね？（8課会話）
・Từ 'dài' và từ 'dày' phát âm khác nhau như thế nào, hả Uyên?
　「dài」と「dày」は発音はどう違うの、ねぇウエン？
・Anh nói gì đấy, hả anh?　あなた、何を言ってるの、ねぇあなた？

・Bố ơi, ngày mai chúng ta đi đâu, hả bố?
父さん、明日どこに連れてってくれるの？　ねぇ父さん？
・Chị nói thế mà không biết xấu hổ hả?
あなた、そんなこと言って、恥ずかしくないの？（あきれちゃうわ）

4．使役表現

『初級』18課、本テキスト1課で一部紹介しましたが、ここでベトナム語の使役の形式を整理しましょう。

Ⅰ bắt＋人＋動詞：強制の度合いが最も強い（強制的）

・Giám đốc bắt nhân viên làm thêm giờ.　社長は社員に残業をやらせた。
・Bố bắt con đi ngủ đúng giờ.　父親は子どもを時刻通りにベッドに入らせた。
・Thủ phạm bắt nhân viên ngân hàng phải chuẩn bị sẵn tiền mặt.
犯人は銀行員に現金を用意させた。

Ⅱ cho＋人＋動詞：強制の度合いがbắtほど強くなく、本人の希望に応じる許可の場合もある

・Thầy giáo cho học sinh làm bài tập.　先生は生徒に宿題をやらせた。
・Người mẹ cho đứa con đi chơi.
母親は子どもを遊びに行かせてやった。（子どもが行きたいと言うので許可してやった）
・Cho tôi nghỉ một chút.　ちょっと休ませてください。
・Cho mình hỏi một chút, có được không?
ちょっとお聞きしてもいいですか。（1課会話）

Ⅲ làm cho＋人／動物／こと＋自動詞：自動詞を他動詞「～させる」に変換する（例えば「（私は）感動する：cảm động」という自動詞をlàm cho ～ cảm độngの形で「人を感動させる（他動詞）」にする機能）

・Những lời nói của người lãnh đạo đã làm cho phong trào quần chúng phát triển.　指導者の言葉が大衆運動を発展させた。
・Câu chuyện của cô giáo làm cho mọi học sinh cảm động.
先生の話は生徒たち皆を感動させた。
・Câu nói của anh ấy đã làm cho chị ấy bực mình.　彼の言葉は彼女を怒らせた。
・Chị ấy đã làm cho con chó chết rồi.　彼女は犬を死なせてしまった。

会話の中には次の発話がありました。

Những lời của Bác thường làm cho tinh thần nhân dân phấn khởi.
ホーおじさんの言葉は人民の精神を奮い立たせるからね。

「làm cho＋人＋自動詞」の形式で、動詞が**感情動詞**（**感情形容詞**の場合もある）の場合にはchoが省略されることがあります。

・Bộ phim đó đã làm tôi cảm động.　その映画は私を感動させた。
・Con Mực này, ... làm người ta lo lắng!
　ムックったら、……みんなを心配させて。（10課会話）
・Điều đó đã làm chúng tôi đau đớn lắm.
　そのことは私たちをたいへん辛くさせました（心を痛めさせた）。
・Cậu phải về nước làm mình buồn quá.
　あなたが帰国しなければならないのは私をすごく悲しませます。

Ⅳ **để＋人＋動詞**：「ある人の状況を変えずに維持して～させる」という場合に使用される形式（**để**には動詞「そのままにする」という意味がある）

・Để anh trả cho.　僕に払わせて。（8課会話）
・Để tôi ở một mình.　私を一人にさせて。
・Để tôi suy nghĩ đã!　まずは考えさせて！
・Để anh ấy ngủ.　彼を（起こさずに）寝かせておいて。
・Để chị học bài.
　お姉ちゃんに宿題をさせてあげて。（遊ぼうよと姉を誘う妹に対して母親が）

一番上の例では、anh trả cho（私が〈あなたのために〉支払う）という状況がまずあって、その状況をそのままにしておいて、というのが文字通りの意味です。

5．saoについて

会話に次の発話があります。

Cô thử đọc cả ‘Tuyên Ngôn Độc Lập’ năm 1945 mà Bác Hồ đã viết xem sao.
ホーおじさんが書いた1945年の「独立宣言」も読んでみてはいかがですか。

『初級』13課で「動詞＋thử（～してみる）」を紹介しました（thửは動詞「試

す」)。「動詞＋thử」は「thử＋動詞」としても同様の意味です。

・Tôi muốn **ăn thử** / **thử ăn** bún chả.　私はブンチャーを食べてみたいです。

・Tôi **mặc thử** / **thử mặc** cái áo len này, có được không?
　このセーター、試着してもいいですか。

この表現形式には、文末にxem (sao)を付け加えることもできます。xemは「見る」、saoは「どのように」という意味ですので、「**thử＋動詞＋xem sao**」の全体で「**どのようであるか、試しに〜してみる**」になります。上記の店主の発話を直訳すると「あなたは（独立宣言を）どんなものか試しに読んでみます」です。例を確認しておきましょう。

・Tôi định **thử** nghe bài hát này **xem sao**.
　この歌がどんなか、聴いてみるつもりです。

・Tôi muốn ăn **thử** / **thử** ăn bún chả **xem sao**.
　私はブンチャーがどんな（もの）か食べてみたいです。

・Cô cháu mình **thử đi tìm** quanh đây **xem**.
　私たちでこの辺を探してみましょう。(10課会話)

ここで**多義語sao**について整理しておきましょう。
まず、名詞として「星」という意味があります。

・Những ngôi **sao** trên trời thì tôi không thể đếm hết được.
　空の星は数え切れません。(2課文法解説2)

không saoの形で「大丈夫、問題ない」の意味でも使用されます。

・A：Xin lỗi.　ごめんなさい。
　B：**Không sao**.　大丈夫です。

・**Không sao** đâu. Khu này rất an toàn.
　大丈夫よ。この辺りはとても安全よ。(3課会話)

・Con Mực là chó màu đen nên có lẽ **không sao**.
　ムックは黒い犬だから、たぶん大丈夫。(10課会話)

次に「(**vì**) **sao** / **tại sao** (〜 **lại**)：なぜ、どうして」の使い方があります。

・Vì sao cậu chọn Việt Nam để du học thế?
どうして留学先にベトナムを選んだんですか。
・Sao anh lại không ăn?　どうして食べないの？
・Tại sao chị biết điều đó?　なぜそのことを知ってるの？

saoには「どのように（なっているか）？」の使い方があります。

・Làm sao bây giờ?　どうしたらいいの？（10課会話）
・Ông thấy sao về tình hình chính trị Hoa Kỳ?
米国の政治状況についてどのように見ておられますか。
（thấy sao? は thấy thế nào? とも言う、thấy sao? の方がやや改まった表現）
・Còn anh Tanaka thì sao? Tại sao anh lại quyết định đi du học tại Việt Nam?
田中さんの方はどうですか。どうしてベトナム留学をしようと決めたんですか。

最後に動詞「コピーする、複製する」の使い方もあります。

・Em sao tài liệu này thành 2 bản nhé.　この資料、2部コピーしてね。

練習問題　Bài luyện tập

問題Ⅰ　次の（　　）に適当な動詞を［　　］から選んで書きなさい。

1. Nước Anh đã (　　　) Liên Minh Châu Âu.（英国はEUから離脱した）
2. Chúng ta cần phải (　　　) tình hình thực tế.
（実際の状況を調査し理解しなければならない）
3. (　　　) hòa bình là việc không dễ thực hiện.
（平和を守ることは実現が容易くないことだ）
4. Nhà văn đó đã (　　　) chủ nghĩa phát xít.（その作家はファシズムを批判した）
5. Sẵn sàng (　　　) đến thắng lợi hoàn toàn!（完全勝利まで覚悟をもって闘おう）

ア bảo vệ　イ tìm hiểu　ウ chiến đấu　エ rút khỏi　オ phê phán

問題Ⅱ 次の（　　）に適当な語を［　］から選んで書きなさい。

1. A：Ở Nhật Bản, công dân từ 18 tuổi trở lên được quyền bầu cử, phải không?
　（日本では18歳以上の国民は選挙権を持つんですよね？）
　B：Phải（　　　）.（そのとおりです）
2. Bộ phim này đã（　　　）chị ấy cảm động.（彼女を感動させた）
3. Câu này có nghĩa là gì,（　　　）anh?（この文、どういう意味なの、あなた？）
4. Anh（　　　）nói đi.（あなた、どうぞそのまま話して）
5. Tôi định thử đọc cuốn tiểu thuyết này xem（　　　）.
（この小説がどんなものか読んでみるつもりだ）

ア cứ　イ rồi　ウ làm　エ hả　オ sao

問題Ⅲ 日本語と同様の意味になるようベトナム語を並べかえなさい。

1. vẽ Bác Hồ / tấm áp-phích / **không có** / hả ông
（ホーおじさんを描いたポスターはないんですか）
→ **Không có** ＿＿＿＿＿＿＿＿＿＿＿＿＿＿＿＿＿ ?

2. thường làm cho / của Bác / phấn khởi / **những lời** / tinh thần nhân dân
（ホーおじさんの言葉は人民の精神を奮い立たせるからね）
→ **Những lời** ＿＿＿＿＿＿＿＿＿＿＿＿＿＿＿＿＿ .

問題Ⅳ 以下はホーチミンの「独立宣言」の冒頭部分であり、6課練習問題の続きの部分である。これを読んで質問に答えなさい。

Thế mà hơn 80 năm nay, bọn thực dân Pháp lợi dụng lá cờ tự do, bình đẳng, bác ái, đến cướp đất nước ta, áp bức đồng bào ta. Hành động của chúng trái hẳn với nhân đạo và chính nghĩa.（中略）

Mùa thu năm 1940, phát xít Nhật đến xâm lăng Đông Dương để mở thêm căn cứ đánh Đồng minh thì bọn thực dân Pháp quỳ gối đầu hàng, mở cửa nước ta rước Nhật. Từ đó dân ta chịu hai tầng xiềng xích: Pháp và Nhật. Từ đó dân ta càng cực khổ, nghèo nàn. Kết quả là cuối năm ngoái sang đầu năm nay, từ Quảng Trị đến Bắc Kỳ, hơn hai triệu đồng bào ta bị chết đói.

Câu hỏi 1：Bọn thực dân Pháp lợi dụng cái gì đến cướp đất nước Việt Nam và áp bức nhân dân Việt Nam?

____.

Câu hỏi 2：Mùa thu năm 1940, phát xít Nhật đến xâm lăng Đông Dương để làm gì?

____.

Câu hỏi 3：Phát xít Nhật đến xâm lăng Đông Dương và bọn thực dân Pháp rước Nhật vào Việt Nam. Từ đó nhân dân Việt Nam chịu hai tầng xiềng xích. Hai tầng xiềng xích này là gì?

____.

《和訳》

にもかかわらず、この80年以上、フランス植民地主義者は自由、平等、博愛の旗を利用して我が国土を奪い取り、我が同胞を抑圧してきた。彼らの行動は人道と正義に完全に反している。(中略)

1940年の秋、日本ファシストが連合国を叩く基地を増設するためにインドシナに侵略してきた時、フランス植民地主義者は膝を屈して降伏し、我が国の扉を開き日本を盛大に迎えた。その時から我が民はフランスと日本という二重の枷に耐えることとなった。その時から我が民はより一層辛苦と貧しさの度を増すこととなった。その結果、昨年末から今年初めにかけて、クアンチから北圻までで、200万人以上の我が同胞たちが餓死してしまった。

コラム：ベトナムのミスユニバース

2017年のベトナムミスユニバース（Hoa hậu hoàn vũ Việt Nam 2017）に選ばれたのは少数民族エデ族（dân tộc Ê-đê）出身の女性でした（氏名はH'Hen Niê、通称はヘンさん）。ベトナムは、東南アジアの国々と同様に、54の民族からなる多民族国家ですが、その最大多数民族キン族（dân tộc Kinh）以外の民族出身者が優勝したのは初めてのことです。世論はヘンさんを応援する側と、ベトナムの伝統的な美人の要素と異なる美しさを認められない側とに分かれたようですが、最終的にはヘンさんの魅力が受け入れられました。

エデ族（マライ・ポリネシア系）は、ベトナム中西部にあるダクラク省（tỉnh Đắc Lắc）とその東側に隣接するカインホア省（tỉnh Khánh Hòa）、フーイエン省（tỉnh Phú Yên）に居住しています。人口は約33万人（2009年）。母系社会を形成しており、男子には財産相続の権利がありません。したがって、生まれた子どもの姓は母親の姓となります。エデ語は南洋諸島言語（ngôn ngữ Nam Đảo）に属するとあります。経済の発展、グローバル化が進むベトナム社会ですが、少数民族と多数民族の関係も大きく変化していくのでしょう。（hoa hậu hoàn vũ《花后寰宇》ミスユニバース）

Bài 14

基本文型・基本文法　Mẫu câu và Ngữ pháp cơ bản

1. **名詞化**

   Từ lúc mới đến đây mình đã nhận được rất nhiều sự giúp đỡ và cảm thông nên luôn cảm thấy được chào đón.

   ここに来たばかりの時から、たくさんの助けと思い遣りをもらって、いつも受け入れてもらってるって感じてたよ。

2. **có thể＋動詞／文：～かもしれない**

   Có thể ở Nhật cũng có, ...

   日本にもあるかもしれない……

3. **khỏi＋動詞：～する必要がない**

   Rồi thì, trái cây của Việt Nam cũng ngon khỏi phải bàn nhỉ.

   それから、ベトナムの果物がおいしいのも異論のないところね。

4. **không nhất thiết ～：～とは限らない**

   Cậu nhận ra 'điều bình thường đối với bản thân mình' không nhất thiết là 'bình thường đối với người khác'.

   「自分自身にとって普通のこと」が「ほかの人にとって普通」とは限らないということが分かった。

5. **mỗi năm một ～：年々徐々に～**

   Cả nước sinh hoạt lẫn không khí đều mỗi năm một xấu đi.

   生活用水も空気も年々、ひどくなっていってる。

Hội thoại Điểm tốt của Việt Nam - 27

〈ở căn-tin trường đại học〉

Uyên : Yui, cậu đã sống ở Việt Nam được nửa năm rồi, cậu thấy Việt Nam như thế nào?

Yui : Ừ nhỉ, đã được những nửa năm rồi. Sang đến đây mình thấy thích Việt Nam hơn nhiều so với lúc còn ở Nhật.

Uyên : Thật không? Nghe cậu nói vậy mình rất vui!
Cậu thấy Việt Nam có điểm gì tốt?

Yui : Mình chỉ mới sống ở Hà Nội nửa năm nên đây là cảm nhận riêng của mình thôi nhé!

Uyên : Ừ, mình hiểu mà.

Yui : Điểm tốt của Việt Nam à... Trước hết là món ăn rất ngon. Vì có nhiều rau tươi và các loại rau thì phong phú, và gạo thì cũng có nhiều loại, mình rất thích ăn gạo thơm.

Uyên : Nhật Bản cũng rất nổi tiếng về sản xuất gạo, phải không?

Yui : **Có thể** ở Nhật cũng có, nhưng mà ở đây có nhiều loại gạo mình ăn lần đầu tiên. Rồi thì, trái cây của Việt Nam cũng ngon **khỏi** phải bàn nhỉ.

Uyên : Ừ, chúng mình cũng đã ăn nhiều loại chè trái cây.

Yui : Đồ ăn phong phú. Người Việt Nam rất thân thiện và tốt bụng. Từ lúc mới đến đây mình đã nhận được rất nhiều **sự** giúp đỡ và cảm thông nên luôn cảm thấy được chào đón.
Giống như Uyên, mọi người ở đây luôn biết lắng nghe cảm nhận và tôn trọng tự do cá nhân. Mình thấy rằng đó là một nét đặc trưng khá lớn của Việt Nam.

Uyên : Thế à? Mình lại nghĩ đó là những nét đặc trưng của người Nhật.

Yui : Đây không hoàn toàn là nhận xét về Việt Nam mà chỉ là cảm nhận từ những trải nghiệm cá nhân của mình thôi... Trải nghiệm ở Việt Nam còn rất đáng quý, vì nó giúp mình rèn tư duy phản biện.

Uyên : Ủa, ý cậu là sao?

Yui : Ví dụ như, ở Nhật chó không bao giờ được nuôi để lấy thịt ăn, nhưng ở Việt Nam thì 'ăn thịt chó' lại là 'bình thường'. Có những điều mình luôn cho là 'bình thường' nhưng không phải ở đâu cũng vậy.

会話　ベトナムのいいところ

〈大学の食堂で〉

Uyên：ユイ、約半年間ベトナムで暮らして、ベトナムをどう思った？

Yui　：うん、そうねー、もう半年も経っちゃった。ここに来て、日本にいた時より、ベトナムをずっと好きになったと思う。

Uyên：本当？　そう言うのを聞いて、とっても嬉しい！
ベトナムはいいところがあると思う？

Yui　：たった半年だけハノイに暮らしたところだからね、これは私の個人的に感じたことだよ。

Uyên：うん、分かってるって。

Yui　：ベトナムのいいところね……まず料理がとってもおいしい。というのは、新鮮な野菜たっぷりだし、種類も豊富、そしてお米は種類も多くて、私は香りのいいお米が好き。

Uyên：日本もお米の生産で有名でしょう？

Yui　：日本にもあるかもしれないけど、初めて食べるお米がたくさんあったの。それから、ベトナムの果物がおいしいのも異論のないところね。

Uyên：うん、いろんな種類の果物のチェーも食べたね。

Yui　：食べ物が豊かだね。ベトナムの人たちはとても温かくて人がいいと思う。ここに来たばかりの時から、たくさんの助けと思い遣りをもらって、いつも受け入れてもらってるって感じてたよ。
ウエンと同じように、ここの人は皆さんいつも相手が思ってることをよく聞いて感じ取ることができて、個人の自由を尊重しようとしてくれる。このことはかなり大きなベトナムの一つの特徴だと思う。

Uyên：そうなの？　それは日本の人の特徴だと思うけど。

Yui　：これは完全にベトナムについてのコメントというわけじゃなくて、私の個人的な体験からの感想なんだけど……。ベトナムでの体験はとっても貴重なもので、なぜなら、その体験は私の批判的思考力を鍛えてくれたから。

Uyên：えっ、どういうこと？

Yui　：例えば、日本では食用にするために犬が飼育されることは決してないけど、ベトナムでは「犬食（けんしょく）」は「普通」でしょう。自分が「普通」といつも考えてることが、どこでもそうというわけではないことがあるのよね。

Uyên : Có nghĩa là, cậu nhận ra 'điều bình thường đối với bản thân mình' không nhất thiết là 'bình thường đối với người khác'. Người ta vẫn thường nói cần nỗ lực để 'thấu hiểu sự khác biệt về văn hóa', bản chất chính là như vậy nhỉ.

Yui : Như vậy mình sẽ càng có thêm nhiều phương diện để cân nhắc khi phán xét điều gì đó.

Nhân viên : Cà phê của chị đây.

Yui : Cảm ơn chị.
Mà này, Uyên có nghĩ giống mình không? Ví như là hệ thống giao thông đường bộ này, đường sắt này, cơ sở hạ tầng của Việt Nam cần phải được trang bị tốt hơn nhỉ.

Uyên : Đúng vậy, cơ sở hạ tầng đến giờ vẫn chưa hoàn thiện. Việt Nam nhận được nhiều ODA từ Nhật Bản thế mà...

Yui : Ừ. Mình chưa lần nào gặp nguy hiểm cả, nhưng cũng nghe nói nhiều về nạn ăn cắp và cướp giật.

Uyên : Mình thấy việc hoàn thiện cơ sở hạ tầng và bảo vệ trị an xã hội, cả hai đều là thách thức lớn của Việt Nam hiện tại. Rồi thì, vấn đề môi trường, đặc biệt ở vùng đô thị thì chất lượng của cả nước sinh hoạt lẫn không khí đều mỗi năm một xấu đi.

Yui : Cậu biết là trước đây mình có đi Sa Pa, Phong Nha Kẻ Bàng rồi, phải không? Mình rất có ấn tượng với vẻ đẹp thiên nhiên phong phú.

Uyên : Mình nghĩ mọi người ai cũng muốn bảo vệ thiên nhiên nhưng mà bây giờ phát triển kinh tế đang được ưu tiên.

Yui : Mình nghĩ là... 'lòng yêu nước của người Việt Nam', 'sự tự tin vào bản thân', 'lòng kiên nhẫn' và 'sự chân thành' cũng là yếu tố tạo nên sức hấp dẫn của Việt Nam.

Uyên : Cảm ơn cậu đã có cái nhìn tích cực về Việt Nam như vậy.

Uyên：つまり、「自分自身にとって普通のこと」が「ほかの人にとって普通」とは限らないことが分かったということね。よく「異文化を理解する」ために努力する必要があるって言うけど、その本質は正にそういうことなんだね。

Yui　：自分が何事かを判断する時に、比較検討するための視点をますます増やさなくちゃ。

Nhân viên：コーヒーお待たせしました。

Yui　：ありがとうございます。
あのさ、ウエンは私と同じ考え？　例えば、道路交通網だとか鉄道交通網だとか、ベトナムのインフラはもっと整備の必要があるよね。

Uyên：そのとおりね、インフラはまだまだ充分じゃないの。日本からODA支援をたくさん受けてるんだけど、それなのに……。

Yui　：うん。私は一度も危険な目に遭ってないけど、どろぼうやひったくりのこともたくさん聞いたよ。

Uyên：インフラを整備すること、治安を守ること、どちらも現在のベトナムの大きな課題だと思う。それから、環境問題、特に都市部は生活用水も空気も年々、ひどくなっていってる。

Yui　：この前、私、サパにも行ったし、フォンニャーケーバンにも行ったでしょ。豊かな自然の美しさが印象的だったなー。

Uyên：自然を守りたいとみんな思ってるけど、今は経済が優先されてるの。

Yui　：「ベトナムの人たちの国を愛する心」、「自分に対する自信」、「忍耐強さ」、そして「誠実さ」、こういうのはベトナムの魅力の構成要素かなー？

Uyên：そんなふうにベトナムについて肯定的な見方をしてくれて、ありがとう。

語彙リスト　Bảng từ vựng　- 28

会話

điểm tốt	《điểm 点》	いいところ、いい点
căn-tin		食堂（英語 canteen から）
ừ nhỉ		そうねー、そうだねー（相づち）
so với ～		～と比べる
cảm nhận	《感認》	感じる、感じ取る、認識する
tươi		新鮮な
phong phú	《豊富》	豊富な
sản xuất	《産出》	生産する
có thể		（có thể ＋動詞／文）～可能性がある、～かもしれない　⇒文法解説 2
trái cây		果物（北部では hoa quả）
khỏi		（khỏi ＋動詞）～する必要性がない　⇒文法解説 3
bàn		議論する
chè		チェー（ベトナムのスイーツ）
thân thiện	《親善》	親しみやすい、温かく接して、好意的な
sự giúp đỡ	《sự 事》	手助け、支援、援助　⇒文法解説 1
cảm thông	《感通》	思い遣る
chào đón		（人を）受け入れる、歓迎する
lắng nghe		耳を傾ける
cá nhân	《個人》	個人的な
nét		様子
không hoàn toàn là ～		完全に、全てが～というわけではない Đó không hoàn toàn là trách nhiệm của anh ấy.：それは完全に全て彼の責任というわけじゃない。
nhận xét	《nhận 認》	コメント、評価
đáng quý		貴重な、大切にすべき
rèn		鍛える
tư duy phản biện	《思惟反弁》	批判的思考

ủa		えっ、うわぁー（軽い驚きを表す）
ví dụ như ～		例えば～
nhận ra	《nhận 認》	認識する、分かる
không nhất thiết ～	《nhất thiết 一切》	～とは限らない　⇒文法解説4
nỗ lực	《努力》	努力する
thấu hiểu		（思想などを）理解する
sự khác biệt	《sự 事》	相違　⇒文法解説1
bản chất	《本質》	本質
chính	《正》	正に
phương diện	《方面》	視点、側面
cân nhắc		（選択のために）比較検討する
phán xét	《phán 判》	評価し判断を下す
mà này		あのさ（親しい人に呼びかける）
hệ thống giao thông	《系統交通》	交通網
đường bộ		道路
đường sắt		鉄道
cơ sở hạ tầng	《基礎下層》	インフラストラクチャー
trang bị	《装備》	装備する、整備する
hoàn thiện	《完善》	充分に整った、充分に整備する
ODA		政府開発援助、ODA（Official Development Assistance）
chưa lần nào ～ cả		（chưa lần nào＋動詞＋cả）一度も～ない
gặp nguy hiểm	《nguy hiểm 危険》	危険な目に遭う
ăn cắp		盗む
cướp giật		ひったくる
trị an	《治安》	治安
thách thức		課題、挑戦
đô thị	《都市》	都市
mỗi năm một ～		年々～　⇒文法解説5

Phong Nha Kẻ Bàng		フォンニャーケーバン（ベトナム中部の世界自然遺産）
vẻ		姿、様子
thiên nhiên	《天然》	自然
ưu tiên	《優先》	優先する
lòng yêu nước		国を愛する心
tự tin	《自信》	自分を信じる
kiên nhẫn	《堅忍》	忍耐強い
chân thành	《真誠》	誠実な
yếu tố	《要素》	要素
tạo nên	《tạo 造》	創り出す
sức hấp dẫn	《hấp dẫn 吸引》	（人を）惹きつける力
cái nhìn		見方　⇒文法解説1
tích cực	《積極》	積極的な、前向きな、肯定的な

文法解説

nghi ngờ	《nghi 疑》	疑う
cộng tác	《共作》	協力する、共同で作業する
vượt qua		乗り越える
nỗi		心境
sợ hãi		恐ろしい、怖い
tiền đề	《前提》	前提
cuộc thi		コンテスト
hôn nhân	《婚姻》	婚姻
giành		獲得する
giải nhất		一等賞
hùng biện	《雄弁》	弁論
giữ gìn		維持する
nông nghiệp	《農業》	農業
cực kỳ	《極其》	極めて

cái nết		品格　⇒文法解説1
đánh chết		殺す
rơi		落ちる　tuyết / mưa rơi：雪／雨が降る
tổng tuyển cử	《総選挙》	総選挙
tiến hành	《進行》	実施する
một tí		ちょっと
một trăm phần trăm		100%
tuyệt đối 〜 không	《tuyệt đối 絶対》	絶対に〜ない
bộ đội	《部隊》	軍人、部隊　đi bộ đội：軍隊に入る
không hẳn 〜		〜とは限らない　⇒文法解説4

練習問題

ước mơ		（心に描く）夢　ước mơ của mình：自分の夢
nồng nhiệt		情熱的で気持ちが温かい
xếp hàng		（列を作って）並ぶ
vùng núi		山岳地域
giảm	《減》	減らす
nghèo		貧しい
đói		飢餓の、空腹の

文法解説　Giải thích ngữ pháp

1．名詞化

ベトナム語の「語／文の名詞化」について整理しておきましょう。ここではまず以下の3語sự, cuộc, việcを取り上げ、そののち関連した2語、chuyệnとcáiを紹介します。

sự, cuộcは同様の機能を有する語です。例えば、動詞「đồng ý：同意する」に**sự**を付すことによって、名詞「**sự** đồng ý：同意」を作る機能です。**sự**の方が**cuộc**より、広い範囲の語と結び付くことができます。

◆sự：

「sự＋動詞／形容詞」で**名詞化**します。sựと結び付く動詞／形容詞は「活動行為・状態」を表す語で、多くの場合二つの語によって構成される語です（例えば**sự** giúp đỡの場合、giúp đỡはgiúpとđỡの二つの語から構成される語)。本課には**sự** giúp đỡ（手助け)、**sự** cảm thông（心遣い)、**sự** khác biệt（異なること)、**sự** tự tin（自信)、**sự** chân thành（誠実さ）が登場しています（会話の中では、直前に**sự** giúp đỡがありますので、sự cảm thôngのsựは省略されています)。そのほか、例えば以下のような語です。

sự thành công：成功・**sự** phản đối：反対・**sự** phát triển：発展・**sự** nghi ngờ：疑い・**sự** cố gắng：努力・**sự** cộng tác：協力・**sự** ủng hộ：応援／擁護・**sự** học hành：学業・**sự** sống：生きること、生・**sự** giàu có：豊かさ・**sự** đau đớn：痛み／辛さ・**sự** dũng cảm：勇気・**sự** khéo léo：巧みさ・**sự** cần thiết：必要性

・Tôi chân thành cám ơn sự ủng hộ của các bạn.
　私は皆さんの応援に謹んで感謝の意を表します。
・Sự cố gắng có nghĩa là gì?　努力とは何か。
・Sự nghi ngờ bắt đầu từ đâu?　疑いはどこから始まったか。
・Vượt qua nỗi sợ hãi là tiền đề của sự thành công.
　恐ろしいという思いを乗り越えるのが成功の前提である。

◆cuộc：

「cuộc＋動詞」で**名詞化**します。sựと同様の働きですが、cuộcと結び付く動詞の範囲は狭く、「**争いごと・競争・幾つかの段階が想定される事柄**」など

の要素が内包されていることが多く、例えば以下のような語です。

cuộc đấu tranh：闘争・**cuộc** tranh luận：論争・**cuộc** biểu tình：デモ・**cuộc** thi：コンテスト・**cuộc** đua：レース・**cuộc** họp：会議・**cuộc** nói chuyện：話し合い・**cuộc** thảo luận：ディスカッション・**cuộc** gặp gỡ：出会い
(「cuộc sống：生活」、「cuộc đời：人生」など一語化した語もある〈đờiは名詞〉。「cuộc chiến tranh：戦争」、「cuộc cách mạng：革命」、「cuộc hôn nhân：婚姻」など、cuộcは動作性名詞に前置して類別詞的な働きもする)。

・Chiều nay cuộc họp bắt đầu vào lúc mấy giờ?
今日の午後、会議は何時に始まりますか。

・Anh ấy đã giành giải nhất trong cuộc thi hùng biện tiếng Nhật.
彼は日本語のスピーチコンテストで一等賞を獲得した。

◆**việc**：

việcについては『初級』9課で「仕事」の意味で、同13課で「việc＋動詞句(〜する**こと**／〜する**の**)」を紹介しました。việcには「仕事」のほかに「事情、こと」という意味もあります。

・Ngày mai chị có làm việc không?　明日仕事する？

・Con ơi, hôm nay con có việc gì vui không?
今日は（学校で）何か楽しいことがあった？（親が子に対して）

việcは「**việc＋句／文**」の形式で用いられます。前出のsựとcuộcは**語を名詞化する**機能のみ有しており、「sự＋句／文」「cuộc＋句／文」の形式はありません（類別詞的な働きの「cuộc＋句」は稀にあります)。この課にある発話とともにviệcの例を見ておきましょう。

Mình thấy việc hoàn thiện cơ sở hạ tầng và bảo vệ trị an xã hội, cả hai đều là thách thức lớn của Việt Nam hiện tại.
インフラを整備すること、治安を守ること、どちらも現在のベトナムの大きな課題だと思う。

・Việc giữ gìn sức khỏe khó lắm.　健康を維持するのは難しい。(『初級』13課)

・Xin cám ơn sự cộng tác của anh trong việc giải quyết vấn đề này.
この問題を解決することにおきまして、あなたのご協力にお礼を申し上げます。

・Phát triển nông nghiệp là việc cực kỳ quan trọng.
農業の発展は極めて重要なことである。
・Bố mẹ cậu đã biết việc cậu muốn du học ở Nhật Bản chưa?
ご両親は君が日本に留学したいということを知ってるの？
・Làm những việc mình thích, ví dụ như là 'đi xem phim' này, 'làm bánh ngọt' này. 自分が好きなことするんだけど、映画を見に行くとか、お菓子を作るとか。

◆**chuyện**：
続いてchuyệnです。「chuyện」については、『初級』7課でnói chuyện（話をする）を紹介し、本テキスト2課では「chuyện＋文」の形式を紹介しました。chuyệnはその語自体に「話、事柄」という意味があります。

・Có chuyện gì thú vị không thế? 何かおもしろいことないの？

本テキストに登場した「chuyện」の幾つかと、そのほかの例を見ましょう。

・Mình cũng đã nghe chuyện Tổng thống vào quán bún chả rồi.
大統領がブンチャーの店に入った話は私も聞いてる。（2課会話）
・Ồ, quả là một câu chuyện thú vị!
うわー、なんておもしろい話でしょう！（5課会話）
・Uyên：Tiến ơi, cho mình hỏi một chút, có được không?
ティエン、ちょっと聞いてもいい？
Tiến ：Ừ, được chứ, chuyện gì thế?
うん、いいに決まってるよ、何の話なの？（8課練習問題Ⅳ）
・Yui ơi, có chuyện rồi, có chuyện rồi.
ユイー、たいへん、たいへん！（ここでは「事件があった、事件があった」の意味）（10課会話）

・Chuyện xảy ra chưa lâu mà anh ấy đã quên rồi.
（やっかいな）ことが起こってまだ日が浅いのに、彼はもう忘れている。
・Không ai có thể biết hết mọi chuyện ở đời.
誰も世の中の全てのことを知ることなどできない。
・Trên đời này, chuyện gì cũng có thể xảy ra.
この世では、どんなことも起こり得る（何が起こるか分からない）。

「chuyện＋文」はchuyệnの後ろに修飾語を伴って「～こと、～話」の意味です。

・Chị có nhớ chuyện tôi nói hôm qua không?
昨日私が言ったこと（内容）、あなた覚えてる？

・Trên đời này, có nhiều chuyện cậu chưa biết đâu.
この世の中には君がまだ知らないことがたくさんある。

◆**cái**：

最後に、cáiは「無生物に付される類別詞（ex. cái ghế：椅子）」として紹介しました（『初級』2課）。**cái**はさらに、「cái＋**動詞／形容詞**」の形で、動詞、形容詞がもともと有している意味を**抽象化**します。この課には**cái** nhìn（見方）が登場しています。例を見てみましょう。

cái chết：死・**cái** ăn：食べること・**cái** đẹp：美・**cái** xấu：醜さ・**cái** thiện：善・**cái** ác：悪・**cái** lợi：得・**cái** hại：損・**cái** nết：品格
（「死」はcái chết、「生」はsự sốngと形が決まっていて、sự chết、cái sốngとは言わない）

・Không ai có thể tránh được cái chết.　誰も死を避けることはできない。
・Cái đẹp là gì?　美とは何か。
・Mọi người đang lo cái ăn cái mặc.　皆が「食うこと、着ること」を心配している。
・'Cái nết đánh chết cái đẹp.'
「人柄の方が見た目の美しさより大切だ」（文字通りの意味は「品格は美を叩き殺す」）。

2．có thể＋動詞／文：～かもしれない

có thểは「có thể＋動詞＋được」の形で可能表現を紹介しました（『初級』9課、本テキスト3課）。このcó thểは「可能」とともに「可能性」も表します。「có thể＋**動詞／文**」の型で「～する可能性がある」「～かもしれない」の意味になります。この課にある発話とともに、例を見ておきましょう。

Có thể ở Nhật cũng có, nhưng mà...　日本にもあるかもしれないけど、……

・Chuyện đó bất cứ lúc nào cũng có thể xảy ra.
そのことはいつでも起きる可能性があります。

・Theo dự báo thời tiết thì ngày mai có thể tuyết rơi.
天気予報によると、明日は雪が降る可能性がある。

・Tổng tuyển cử có thể được tiến hành trong năm nay.
今年中に総選挙が実施される可能性がある。
・Có thể ngày mai anh không thể đi xem phim cùng với em được.
明日、僕は君と一緒に映画を見に行けないかもしれない。
・Xin lỗi vì có thể tôi sẽ đến muộn một tí.
ごめん、ちょっと遅れるかもしれない。
・Có thể ngày mai tuyết rơi.　明日、雪が降るかもしれません。
・Có thể anh Hùng đã nói dối.　フンさんは嘘を言ったかもしれません。

ここで「可能性の表現」を整理しておきましょう。

・Một trăm phần trăm ở Nhật cũng có.　100%日本にもあります。
・Tuyệt đối ở Nhật không có.　絶対に日本にはないです。
・Chắc chắn là ở Nhật cũng có.　きっと日本にもあるはずです。(『初級』10課)
・Có lẽ ở Nhật cũng có.　たぶん日本にもあります。(『初級』10課)
・Có thể ở Nhật cũng có.　日本にもあるかもしれません。

3．khỏi＋動詞：～する必要がない

この課の会話に次の発話があります。

Rồi thì, trái cây của Việt Nam cũng ngon khỏi phải bàn nhỉ.
それから、ベトナムの果物がおいしいのも異論のないところね。

khỏiは「**khỏi** bệnh（病気が**治る**）」で学びました（『初級』23課）。
また、本テキスト13課では「rút **khỏi** Việt Nam：ベトナム**から**撤退する」も紹介されました。khỏiは「ある範囲の中に留まらないで出る」という意味の動詞ですが、ra **khỏi** nhà（家から出る）、tuột **khỏi** tay（手から滑り落ちる）など、「中心的な動詞（主動詞）＋**khỏi**」の形においては、主動詞を補助する役割を果たしており、日本語の「～**から**」に当たる役割を果たしています。
さて、本課では「**khỏi**＋（**phải**＋）**動詞**」という新しい形式が登場しています。話し手の、「あることをする必要性を否定する」意思を表し、日本語では「～する（しなければならない）必要がない／～しなくていい／～しなくて済む」の意味となります。例を見ておきましょう。

・Anh khỏi phải lo cho tôi.
私のことは心配なんてしなくていいから。（心配しなければならないという必要性はない）
・Khỏi phải kiểm tra.　検査する必要なんてない。
・Nếu em đi họp thì chị khỏi đi nhỉ.
もしもあなたが会議に出るんなら、私は出なくていいわね。
・Anh Hảo đỗ đại học nên khỏi phải đi bộ đội.
ハオさんは大学に合格したので、軍隊に行かずに済んだ。

この「**khỏi** ＋動詞」の形式に近い意味表現に「không cần 〜」（『初級』9課）があります。Anh **khỏi phải** lo cho tôi. と Anh **không cần** lo cho tôi. を比較すると、前者は後者に比べ、より**感情的な表現**と言えるでしょう。

4．không nhất thiết 〜：〜とは限らない

この課にある発話とともに、「〜とは限らない」の例を見ておきましょう。

Có nghĩa là, cậu nhận ra 'điều bình thường đối với bản thân mình' không nhất thiết là 'bình thường đối với người khác'.
つまり、「自分自身にとって普通のこと」が「ほかの人にとって普通」とは限らないことが分かったということね。

・Những lời thầy cô nói không nhất thiết lúc nào cũng đúng.
先生たちが話す言葉がいつも正しいとは限らない。
・Người gầy không nhất thiết ai nào cũng ăn ít.
痩せている人が誰も皆、少食とは限らない。
・Những người giàu có không nhất thiết đều hạnh phúc.
金持ちが皆幸福とは限らない。

không nhất thiết 〜 は không hẳn 〜 と置き換えることができます。

・Những lời thầy cô nói không nhất thiết / không hẳn lúc nào cũng đúng.
先生たちが話す言葉がいつも正しいとは限らない。

5．mỗi năm một ～：年々徐々に～

「mỗi＋時を表す語＋một＋形容詞／動詞」の形式で、ある何事かが留まることなく徐々に変化していることを表します。会話中の発話と例を見ましょう。

..., đặc biệt ở vùng đô thị thì chất lượng của cả nước sinh hoạt lẫn không khí đều mỗi năm một xấu đi.

……特に都市部は生活用水も空気も年々、ひどくなっていっている。

- Ông bà tôi mỗi năm một già.　祖父母は年々、老いて来ている。
- Đứa con trai một tuổi nhà tôi mỗi ngày một lớn.
  うちの1歳の息子は日々成長してきている。
- Ô nhiễm môi trường mỗi năm một trầm trọng.
  環境汚染は年々深刻になっている。
- Nhờ sự phát triển kinh tế, Hà Nội mỗi năm một khác.
  経済成長のお陰でハノイは年々別のものになっている。
- Xe ô-tô chạy mỗi lúc một nhanh.　車は刻一刻とスピードを増している。

練習問題　Bài luyện tập

問題Ⅰ　次の（　　）に適当な動詞を［　］から選んで書きなさい。

1. Nếu không muốn (　　　) nguy hiểm, bạn tuyệt đối không được đi.
（もし危険な目に遭いたくなかったら、絶対に行ってはだめです）
2. Đêm qua xảy ra nhiều vụ (　　　) ở đây.（ひったくり事件が多数発生した）
3. Chúng ta hãy (　　　) về ước mơ tương lai của hai bạn ấy nhé.
（お二人の将来の夢についてのお話に耳を傾けましょうね）
4. Chính phủ cần phải (　　　) hoàn cảnh khó khăn của người dân.
（政府は人々の困難な状況を深く理解する必要がある）
5. Lúc đó chị ấy đã (　　　) rõ có điều gì không hay sắp xảy ra.
（その時、彼女は何かよくないことが起こるとはっきり感じていた）
6. Việc (　　　) sức khỏe khó lắm.（健康を維持するのはとても難しい）
7. Chị ấy đã được (　　　) nồng nhiệt ở đây.（彼女はここで温かく迎えられた）

ア giữ gìn　イ lắng nghe　ウ cướp giật　エ thấu hiểu　オ cảm nhận カ gặp　キ chào đón

問題Ⅱ　次の（　　）に適当な語を［　］から選んで書きなさい。

1. Cậu có nghe (　　　) cô Hoa vừa kết hôn với thầy Tanaka chưa?
（ホア先生が田中先生と結婚したこと、聞いた？）
2. Ở Nhật Bản (　　　) xếp hàng ở nhà ga là ‘bình thường’.
（日本では駅で並ぶのは「普通」だ）
3. Tôi đã học 2 cách nói để bày tỏ (　　　) đồng ý trong tiếng Việt.
（ベトナム語で同意を表す二つの言い方を学んだ）
4. Hôm qua tôi có (　　　) thảo luận trao đổi với thầy Vinh.
（昨日、私はヴィン先生と打ち合わせをしました）
5. Không ai có thể tránh được (　　　) chết.（誰も死を避けることはできない）

ア sự　イ cuộc　ウ chuyện　エ việc　オ cái

問題Ⅲ　日本語と同様の意味になるようベトナム語を並べかえなさい。

1. không nhất thiết / thầy cô / **những lời** / đúng / nói / lúc nào cũng
（先生たちが話す言葉がいつも正しいとは限らない）
→ **Những lời** ____.

2. đã / cuộc thi / trong / giải nhất / hùng biện / **anh ấy** / tiếng Nhật / giành
（彼は日本語のスピーチコンテストで一等賞を獲得した）
→ **Anh ấy** ____.

3. lo / khỏi / tôi / cho / phải / **anh**　（私のことは心配しなくていいから）
→ **Anh** ____.

4. môi trường / mỗi / một / trầm trọng / năm / **ô nhiễm**
（環境汚染は年々深刻になっている）
→ **Ô nhiễm** ____.

5. ở / vùng núi / giảm nghèo / thật sự / rất / **việc** / xóa đói / khó
（山間部における飢餓の一掃と貧困の緩和は本当に非常に難しい）
→ **Việc** ____.

Bài 15

基本文型・基本文法　Mẫu câu và Ngữ pháp cơ bản

1．**～ mà … thì：～が…としたら**
Cậu mà nói thế nữa thì mình khóc mất.
それ以上言ったら、私、泣いちゃうよ。

2．**動詞＋mất：～てしまう**
Mình khóc mất.
私、泣いちゃうよ。

3．**cứ như thể (là) ～：まるで～よう（だ）**
Mình cảm giác chuyện đến xem phòng trọ của Uyên cứ như thể là ngày hôm qua.
ウエンの下宿の部屋を見に来たのがまるで昨日のことのように思えるよ。

4．**một cách ＋形容詞**
Nhưng mình thì cảm thấy một cách rõ ràng là bản thân trưởng thành hơn sau những lần gặp gỡ đó.
でも私ね、そのたくさんの出会いのあとで、私自身成長してきたとはっきりと感じるんだ。

5．**～ là để …：～するのは…するためだ**
Chúng mình cố gắng học tập là để có thể gặp được những người tuyệt vời...
私たちが一生懸命勉強するのは、すばらしい人と出会って、……

6．**dù thế nào cũng muốn ＋動詞：どうしても～したい**
Vậy nên dù thế nào mình cũng muốn sang Nhật Bản du học đấy.
だから、私、どうしても日本に留学したいなー！

Hội thoại Cuộc gặp gỡ - 29

〈ở phòng trọ của Uyên〉

Yui : Sắp đến ngày mình phải về nước rồi...

Uyên : Ừ nhỉ, cậu phải về làm mình buồn quá.

Yui : Uyên, nửa năm này, mình thật sự được cậu giúp đỡ rất nhiều, cảm ơn cậu nhé.

Uyên : Sao cậu lại nói như vậy! Cậu **mà** nói thế nữa **thì** mình khóc **mất**.

Yui : Lần tới, Uyên hãy đến Nhật nhé!

Uyên : Ừ, cậu đợi mình nhé. Yui, cái này là quà mình tặng cậu!

Yui : Ôi, tặng cho mình à? Ồ, chiếc khăn quàng cổ đẹp quá! Cảm ơn cậu! Úi chà, nước mắt mình trào ra **mất**.

Yui : Nhưng mà nghĩ cũng lạ, thời gian sáu tháng trôi qua nhanh quá nhỉ. Mình cảm giác chuyện đến xem phòng trọ của Uyên **cứ như thể là** ngày hôm qua.

Uyên : Mình cũng thấy thế.

Yui : Nửa năm này, mình đã làm quen được với rất nhiều người. Gặp gia đình của Uyên, bà Vinh và gia đình của bà ở phòng trọ, các thầy cô và bạn học, cô chủ tiệm may áo dài, nhiều đến nỗi không thể đếm hết được. Nhớ lại thì có bao nhiêu kỷ niệm không thể nào quên.

Uyên : Ừ, mình cũng còn nhớ rõ những lần đó.

Yui : Uyên, cậu nghĩ 'cuộc gặp gỡ' là gì?

Uyên : Sao cậu tự nhiên lại hỏi vậy? Cuộc gặp gỡ là cuộc gặp gỡ thế thôi, phải không?

Yui : Nhưng mình thì cảm thấy **một cách** rõ ràng là bản thân trưởng thành hơn sau những lần gặp gỡ đó.

Uyên : Ừ, Yui bây giờ đã chững chạc hơn nhiều rồi.

Yui : Nếu không học tiếng Việt thì chắc chắn mình đã không gặp được nhiều người tuyệt vời như bây giờ.

Uyên : Ừ. Nhưng đó cũng là do Yui ra sức học tập. Chính những nỗ lực ấy đã mang đến nhiều cuộc gặp gỡ tuyệt vời đấy.

Yui : Uyên nói đúng. Chúng mình cố gắng học tập **là để** có thể gặp được những người tuyệt vời và làm cho cuộc sống thêm phong phú!

Uyên : Vậy nên **dù thế nào** mình **cũng muốn** sang Nhật Bản du học đấy. Để mở cửa ước mơ của mình!

Yui : Ừ, mình cũng rất mong được gặp lại ở Nhật!

Uyên : Cảm ơn Yui. Cậu đợi mình nhé!

会話　出会い

〈ウエンの下宿の部屋で〉

Yui　：あー、帰国の日が近づいて来ちゃった……。

Uyên：うん、ほんと寂しいなー。

Yui　：ウエン、この半年、私は本当にあなたにたいへんたくさん助けられました、ありがとうね。

Uyên：なんでそういうこと言うの！　それ以上言ったら、私、泣いちゃうよ。

Yui　：今度は、ウエンが日本に来てね！

Uyên：うん、待っててね。ユイ、これ、私からのプレゼント！

Yui　：えー、私に？　わぁー、綺麗なスカーフ！　ありがとう！　やだー、涙が溢れちゃう。

Yui　：それにしても、不思議なくらい、6か月は速かったね。ウエンの下宿の部屋を見に来たのがまるで昨日のことのように思えるよ。

Uyên：うん、私もそう思う。

Yui　：この半年の間に、すっごくたくさんの人たちと知り合ったなー。ウエンの家族の皆さん、下宿のヴィンおばさんと家族、先生たちや学校の友達、アオザイ店のおばさん、もうとても数え切れないほどたくさん。思い出せば、忘れられない思い出が幾つも出てくる。

Uyên：うん、私もその時々のことをはっきりと覚えてる。

Yui　：ウエン、「出会い」って何だと思う？

Uyên：あなた、なんでいきなりそんなこと聞くの？　出会いは出会い、それだけでしょ？

Yui　：でも私ね、そのたくさんの出会いのあとで、私自身成長してきたとはっきりと感じるんだ。

Uyên：うん、ユイは今、ずっとしっかりしたと思う！

Yui　：もし、ベトナム語を勉強しなかったら、今回のようにたくさんのすばらしい人たちと会えなかったと思う。

Uyên：うん。でも、そういうすばらしい出会いがあったのは、ユイが今までずっと一生懸命勉強してきたからだよ。正にその努力がすばらしい出会いをもたらしたんだよね。

Yui　：ウエンいいこと言うね。私たちが一生懸命勉強するのは、すばらしい人と出会って、人生をより豊かなものとするためなんだね！

Uyên：だから、私、どうしても日本に留学したいなー！　自分の夢の扉を開くために。

Yui　：うん、私も日本で再会できるのを心待ちにしているね。

Uyên：ありがとう、ユイ。私のこと待っててね！

語彙リスト　Bảng từ vựng　- 30

会話

～ mà … thì		～が…としたら　⇒文法解説1
mất		（動詞＋mất）～してしまう　⇒文法解説2
lần tới		次回
khăn quàng cổ		スカーフ
úi chà		あら、やだー（いい意味での驚きを表す感動詞）
nước mắt		涙
trào ra		溢れ出る
lạ		不思議な　nghĩ cũng lạ：考えてみたら不思議なんだけど
trôi qua		（時が）過ぎる
cảm giác	《感覚》	感じる（名詞として「感覚、気持ち」）
cứ như thể là ～		まるで～ようだ／みたいだ　⇒文法解説3
làm quen với ～		～と知り合いになる
bạn học	《伴学》	学友
đến nỗi ～		（形容詞＋đến nỗi ～）～ほど、～というところまで　buồn đến nỗi không chịu nổi：耐えられないほど悲しい
thế thôi		それだけ
một cách		（một cách＋形容詞）副詞句を形成する　⇒文法解説4
rõ ràng		明確な、はっきりした
trưởng thành	《長成》	成長する
chững chạc		しっかりした
ra sức		力を出す、努力する
mang đến		もたらす
nói đúng		正しいことを話す
～ là để …		～するのは…するためだ　⇒文法解説5
vậy nên		だから、そのようなので

dù thế nào cũng muốn ～		どうしても～したい　⇒文法解説6
sang Nhật Bản du học		日本に渡って留学する

文法解説

lấy		結婚する、取る
nghệ sĩ	《芸士》	芸術家　nghệ sĩ＋[楽器名]で職業音楽家を表す
qua		（季節、期限などが）過ぎる
trẻ con		（不特定多数の一般的な）子ども
bất động	《不動》	動きがない
ngừng lại		（時間が）止まる（lạiは「流れていたものが止まる」という意味を補う）
thân mật	《親密》	親しい
ăn kiêng		ダイエットする
váy cưới		ウエディングドレス
bước đi		歩んで行く
nghệ thuật	《芸術》	芸術
ca sĩ	《歌士》	歌手

練習問題

quay mặt lại		振り返る

文法解説　Giải thích ngữ pháp

1．～ mà … thì：～が…としたら

この課では、màを含んだ形式、「**主語（あるいは強調する語）＋mà＋述語＋thì**」（～が…としたら）を紹介します。話し手が仮説を立て、話し手の判断を述べる際に使用されます（**仮説のmà**）。**主語の直後にmàを置くことによって、話し手の「仮説」がその直後に出てくることのサインを出しています**。本課の会話に次の発話があります。

Sao cậu lại nói như vậy! Cậu mà nói thế nữa thì mình khóc mất.
なんでそういうこと言うの！　それ以上言ったら、私、泣いちゃうよ。

ここでは、ユイに感謝の言葉を伝えられたウエンが「あなたがそれ以上そのように言う**としたら**、私は泣いてしまう」と伝えています。例を見ましょう。

・Tôi mà là anh thì tôi sẽ nói khác.
私があなただとしたら、私は別のことを言うと思う。
・Tôi mà là chị Hoa thì tôi sẽ không lấy anh ấy.
私がホアさんだとしたら、彼と結婚しないでしょう。
・Mai mà là thứ bảy thì hay nhỉ.　明日が土曜日だとしたら、いいね。
・Tay tôi mà to hơn một chút thì tôi đã trở thành nghệ sĩ piano rồi.
手がもう少し大きかったとしたら、私はピアニストになっていたでしょう。
・Bây giờ mà tôi nói sự thật cho chị Hoa thì chắc chị ấy sẽ không chịu nổi.
今の時点で私がホアさんに事実を話したとしたら、きっと彼女は耐えられないでしょう。

11課ですでに学んだ「nếu ～ thì …」（仮定）、「giá mà ～ thì …」（反実仮想）との比較を確認しておきましょう。
「主語＋ mà ＋述語＋ thì」（仮説）の形式は、「～の可能性は高くはないけれども、**仮に～としたら**」の意味で用いられます。「nếu ～ thì …」（仮定）には特にそのような話し手の含意はありません。**現在以降の将来**のことを仮定する表現で使用範囲が広いですから、下のように言ったとすると「もしも、あなたがそれ以上言ったら、私は泣いてしまうでしょう」の意味で、ここではこの表現も可能です。

○ Nếu cậu nói thế nữa thì mình khóc mất.

「giá mà ～ thì …」（反実仮想）は「事実に反することを仮定する」表現ですので、下のように言ったとすると、「あなたが（実際は言わなかったが）、もしもそれ以上言っていたら、私は泣いていただろう」の意味になり、ここでは使いません。

× Giá mà cậu nói thế nữa thì mình khóc mất.

さて、ここでこれまで紹介したmàについて整理します。
màは『初級』14課で接続詞nhưng mà（しかし、でも、～だが、～けれども、逆接の接続詞）として最初に登場しました。

・Thành phố Hồ Chí Minh rất ồn ào, nhưng mà cũng là thành phố rất thoải mái.
ホーチミン市はとっても騒がしいですが、とても居心地の良い都市でもあります。

本テキストにも **nhưng mà** は数多く登場しています。

Ừm..., mình không biết rõ nhưng mà có lẽ khoảng 10 ngày.
うーん、はっきり知らないけど、10日ぐらいかな。（6課会話）
Theo mình biết thì hiện nay không có, nhưng mà có lẽ ngày xưa thì có.
私の知るところでは今はないけど、でもたぶん昔はあったと思う。（10課会話）

mà は多くの機能を有した語です。以下で確認しましょう。

・Đây là tiệm áo dài mà cả mình lẫn chị gái mình đều thường hay đặt may.
ここが私も姉もよく仕立ててもらってるアオザイのお店よ。（4課会話）（関係詞、『初級』17課で紹介）
・Em đã ăn phở nhiều lần rồi mà không biết đấy.
もう何回もフォーを食べてるのに、そのことは知らなかったです。（8課会話）（逆接のmà（～のに）、『初級』18課で紹介したthế mà は接続詞で「それなのに」）
・Hả, lúc nãy mình vừa nhìn thấy nó trên đường về nhà mà!
えー、さっき、帰って来る途中で見かけたけど。（10課会話）（主張強調のmà）
・Ừ, mình hiểu mà.　うん、分かってるって。（14課会話）（主張強調のmà）

本テキスト10課には接続詞的な語として nếu mà ～ thì …（もしも～だったら…）と、vậy mà（そのようではあるけれども）もありました。

・Nếu mà chỉ bị lạc đường thôi thì còn may.
もしも道に迷ってるだけだったら、運がいいんだけどね。
・Uyên, vậy mà mình cứ lo con Mực bị bắt ăn thịt rồi.
ウエン、でもね、私、ムックが捕まって食べられちゃったって、ただただ心配してたよ。

2．動詞＋mất：～してしまう

mất は「時間がかかる」の意味で学びました（『初級』6課）。

・Đi từ Nhật Bản đến Việt Nam bằng máy bay mất bao nhiêu tiếng đồng hồ?
日本からベトナムまで飛行機で何時間かかりますか。

また、動詞mấtは「失う、なくす」という意味もあります。

・A：Mất gì đấy?　何なくしたの？
　B：Mất ví rồi!　お財布なくしちゃった！

本課の会話に次の発話があります。

Cậu mà nói thế nữa thì mình khóc mất.
それ以上言ったら、私、泣いちゃうよ。
Úi chà, nước mắt mình trào ra mất.　やだー、涙が溢れちゃう。

「**動詞＋mất (rồi)**」の形式で、話し手が「良くないことが発生する／発生した」と思っている心的態度を表します。話し手の「残念さ、無念さ」を表すこともできます。例を見ておきましょう。

・Tôi quên mất việc ấy.　私はそのことを忘れちゃいました。
・Khi tôi đến công ty thì ông giám đốc đã đi mất rồi.
　私が会社に着いた時には社長はすでに出てしまっていました。
・Kỳ nghỉ hè qua mất rồi.　夏休みが終わっちゃった。

3. cứ như thể (là) ～：まるで～よう（だ）

cứについては13課で整理しました。

・Hồi đó tôi **cứ** muốn đi sang nước ngoài.
　その頃、私はただただ外国に渡ることを欲していました。（ただただ～するのcứ）
・Người bố cố gắng không khóc nhưng mà nước mắt **cứ** trào ra.
　父親は涙をこらえたが、涙がただただ溢れ出た。（ただただ～するのcứ）
・Cô **cứ** từ từ xem nhé.
　どうぞ、ゆっくり見てくださいね。（13課会話）（相手の気持ちに寄り添うcứ）
・**Cứ** đến mùa xuân **thì** hoa nở.　春になると花が咲きます。（超時のcứ）
・Hồi xưa **cứ mỗi dịp** Tết **là** nghe thấy pháo nổ.
　昔はテトのたびに爆竹がはじける音が聞こえたものです。（するたびにのcứ）

この課では、もう一つの形式、**cứ như thể** ～（まるで～ようだ／みたいだ）を追加します（**まるでのcứ như**）。『初級』17課ではcứ như là ～（まるで～ようだ）を紹介しました。「まるで～ようだ」には、①**cứ như là＋名詞／文**、

②cứ như thể (là)＋**名詞**／**文**の形式があり、同様の意味です。本課の会話に次の発話があります。

Mình cảm giác chuyện đến xem phòng trọ của Uyên cứ như thể là ngày hôm qua. ウエンの下宿の部屋を見に来たのがまるで昨日のことのように思えるよ。

ほかの例を見ておきましょう。

・Hôm qua gió mạnh mưa to, cứ như thể (là) bão.
昨日は雨風がすごくて、まるで台風のようでした。
・Cô ta, vì chuyện không đáng mà khóc, cứ như thể (là) trẻ con.
彼女は、大したことでもないのに泣くなんて、まるで子どもみたいだ。(chuyện không đáng (khóc) mà khóc：泣くに値しないことなのに泣く)
・Không có gió, mọi thứ bất động, phong cảnh này, cứ như thể (là) thời gian đã ngừng lại. 風もない、何も動かない、この風景は、まるで時間が止まったみたいだ。

Bài 15

4. **một cách＋形容詞**

会話に次の発話があります。

Nhưng mình thì cảm thấy một cách rõ ràng là bản thân trưởng thành hơn sau những lần gặp gỡ đó.
でも私ね、そのたくさんの出会いのあとで、私自身成長してきたとはっきりと感じるんだ。

形容詞のrõ ràng（はっきりとした、明確な）をmột cách rõ ràngとして副詞を作っています。một cáchと結び付く形容詞は2語からなる形容詞です。例を見てみましょう。

・Họ đang nói chuyện một cách thân mật. 彼らは親しく話している。
・Cô Hoa đã giảng một cách dễ hiểu. ホア先生は分かりやすく解説した。
・Tôi định giải quyết vấn đề này một cách nhanh chóng.
この問題を素早く解決するつもりです。

5．〜 là để …：〜するのは…するためだ

会話の中に次の発話があります。

Chúng mình cố gắng học tập là để có thể gặp được những người tuyệt vời và làm cho cuộc sống thêm phong phú!　私たちが一生懸命勉強するのは、すばらしい人と出会って、人生をより豊かなものとするためなんだね！

この文型「**文$_1$＋**là để**＋文$_2$**」は「文$_1$（主語が〜する）のは、文$_2$（主語が〜する）ため（để）である（là）」という意味です。文$_1$、文$_2$は同一の主語をとりますので、文$_2$の主語は省略されます。**để**は『初級』18課で「**để**＋**動詞**（〜するために）」を紹介しましたが、「để＋**文**」もこの文型で使用することができます（đểについては本テキスト13課で使役表現の一つとしても紹介しました）。例を見ておきましょう。

・Tôi học tiếng Việt là để đi du học ở Việt Nam.
　私がベトナム語を学ぶのはベトナムに留学するためです。

・Chị ấy ăn kiêng là để mặc váy cưới.
　彼女がダイエットするのはウエディングドレスを着るためです。

6．dù thế nào cũng muốn ＋動詞：どうしても〜したい

会話の中に次の発話があります。

Vậy nên dù thế nào mình cũng muốn sang Nhật Bản du học đấy.
だから、私、どうしても日本に留学したいなー！

強い願望を表明する形式です。主語はdù thế nàoの前後のどちらにも置くことができます。例を見ておきましょう（dù thế nào cũng muốn 〜 は **dẫu** thế nào cũng muốn 〜 とも言います）。

・Tôi dù thế nào cũng muốn thi vào trường đại học ở Tokyo.
　私はどうしても東京の大学に入りたい。

・Tôi dù thế nào cũng muốn bước đi trên con đường nghệ thuật.
　私はどうしても芸術の道を歩んで行きたい。

・Anh Tanaka nói là dù thế nào cũng muốn có con gái.
　田中さんはどうしても女の子（娘）がほしいと言っている。

・Dù thế nào con trai tôi cũng muốn trở thành ca sĩ.
　私の息子はどうしても歌手になりたいと言っている。

練習問題　Bài luyện tập

問題Ⅰ　次の（　　）に適当な動詞を［　　］から選んで書きなさい。

1. Chúng ta phải làm gì để（　　　）hơn nữa?
   （私たちはさらに成長するために何をしなければなりませんか）
2. Nước mắt mẹ cứ（　　　）như mưa.（母の涙が雨のようにただただ溢れ出た）
3. Thời gian（　　　）nhanh quá nhỉ.（時が過ぎるのは速いですね）
4. Cậu phải về nước（　　　）mình buồn quá.（私をすごく悲しくさせます）
5. Em nên（　　　）học tập.（努力して勉強すべきだ）

ア làm　イ trưởng thành　ウ trôi qua　エ trào ra　オ nỗ lực

問題Ⅱ　次の（　　）に適当な語を［　　］から選んで書きなさい。

1. Hôm qua gió mạnh mưa to,（　　　）bão.（まるで台風のようだった）
2. Thầy Sơn đã trình bày（　　　）dễ hiểu.（分かりやすく説明した）
3. Vì sao em（　　　）cũng muốn thi vào trường đại học ở Hà Nội?
   （なぜどうしてもハノイの大学に入りたいの？）
4. Cậu（　　　）nói thế nữa thì mình khóc mất.
   （あなたがそれ以上言うなら、私は泣いてしまいます）

ア mà　イ cứ như thể là　ウ một cách　エ dù thế nào

問題Ⅲ　日本語と同様の意味になるようベトナム語を並べかえなさい。

1. **Anh Kiên** / đến sớm hơn / mà / đã gặp được / thì / em Hoa / rồi
   （キエンさんが仮にもっと早く来ていたとしたら、ホアさんに会うことができました）
   → **Anh Kiên** ＿＿＿＿＿＿＿＿＿＿＿＿＿＿＿＿＿＿＿＿.
2. tôi / muốn / giáo viên / **dù thế nào** / cũng / trở thành
   （どうしても私は教師になりたい）
   → **Dù thế nào** ＿＿＿＿＿＿＿＿＿＿＿＿＿＿＿＿＿＿＿＿.
3. em ấy / đã đi / **tôi** / thì / quay mặt lại / mất rồi
   （私が振り返ると、彼女はすでに行ってしまっていた）
   → **Tôi** ＿＿＿＿＿＿＿＿＿＿＿＿＿＿＿＿＿＿＿＿.

4. **tôi** / để / học / là / đi du học / tiếng Việt / ở Việt Nam
（私がベトナム語を学ぶのはベトナムに留学するためです）
→ **Tôi** ________________________________.

コラム：Đường Hoàng Diệu

ベトナムの都市には「Đường Nguyễn Trãi：グエンチャイ通り」「Đường Trần Phú：チャンフー通り」など、歴史的人物の名を冠している道路がある（Nguyễn Trãiは中国明の支配に抗して独立を勝ち取った英雄、Trần Phúは初代の共産党書記長）。どこの通りにどんな名称を付与するか、むろんベトナム政府が意図をもって通りの名称を決めている。例えば、ベトナムの国会議事堂に面した通りの名称に「Đường Hoàng Diệuホアンジエウ通り」がある。

Hoàng Diệu（1829-1882）はベトナムでこの人の名を知らない者はないという英雄だ。彼は阮王朝（1802-1945）の官僚で当時のハノイ市長。フランスがハノイに進攻した時、阮王朝の皇帝は降伏を彼に指示したが、ホアンジエウは命令に従わずに徹底抗戦、ハノイが陥落した際、自害した。絶対的な存在である皇帝の命に背き、命を賭して侵略者に抵抗し独立を死守しようとした、国会議事堂に面した通りにその名を残すのが相応しい、抵抗の象徴的な英雄である。Hoàng家は現代に続くハノイの名家で、大辞書学者Hoàng Phê（1919-2005）はHoàng Diệuの曽孫である。

復習問題
Bài ôn tập

問題Ⅰ　次の（　　）に適当な語（類別詞）を［　　］から選んで書きなさい。一つの語は1回だけ使用すること。

1. Tất cả những (　　　) ảnh mà anh ấy chụp đều rất đẹp.
2. Một người lính đã phất (　　　) cờ lớn.
3. (　　　) Tuyên ngôn Độc lập của nước Mỹ được phát biểu khi nào?
4. (　　　) phòng này vừa rộng vừa thoáng.
5. Tôi có 3 (　　　) đồng hồ đeo tay.
6. Tôi định đọc hết (　　　) tiểu thuyết này trong hôm nay.
7. (　　　) vợ chồng ấy là người ăn chay.
8. Trong (　　　) tai nạn giao thông này những 10 người bị chết.

ア bản　イ căn　ウ lá　エ vụ　オ cuốn　カ cặp　キ tấm　ク chiếc

9. Anh thấy thế nào về (　　　) kinh tế Việt Nam gần đây?
10. (　　　)mưa to sắp tới rồi.
11. Tôi dù thế nào cũng muốn bước đi trên (　　　) đường nghệ thuật.
12. Cảm ơn cậu đã có (　　　) nhìn tích cực về Việt Nam như vậy.
13. Cô ơi, cho tôi 2 (　　　) trứng.
14. (　　　) áo dài này nhỉ.（この上下セットのアオザイね）
15. Có nhiều (　　　) tranh được vẽ bằng màu cơ bản.
16. Hai (　　　) nhà đó giống nhau.

ケ bộ　コ cơn　サ cái　シ con　ス nền　セ quả　ソ bức　タ ngôi

問題Ⅱ　次の（　　）に適当な語を［　　］から選んで書きなさい。同じ語を何度使用しても良い。

1. (　　　) cảm ơn bạn nhiều.（本当にありがとうございます）
2. (　　　) ngày mai tôi về nước.（実は明日、帰国します）
3. A：Hôm qua tuyết rơi ở Hà Nội đấy.（昨日、ハノイで雪が降ったよ）
   B：(　　　) không?（ほんと？）
4. (　　　) đẹp quá!（実に美しいなー）

ア thật sự　イ thật ra　ウ thật là　エ thật

問題Ⅲ 次の（　　）に適当な語（形容詞）を□から選んで書きなさい。
一つの語は1回だけ使用すること。

1. Chiều mai cậu có (　　　) không?（暇な時間ある？）
2. Cùng với sự phát triển kinh tế, vấn đề ô nhiễm môi trường trở nên (　　　).
（深刻になった）
3. Phòng này vừa thoáng mát vừa (　　　).（静かだ）
4. Hãy chọn một đáp án (　　　) nhất.（最も適当な）
5. Lễ hội Sanja là một trong những lễ hội (　　　) nhất mùa hè Tokyo.
（三社祭は、東京の夏の最も壮大な祭りの一つだ）
6. Trong 4 người này, người (　　　) nhất là người nào?
（この4人の中で一番幸せな人はどの人ですか）
7. Cửa hàng (　　　) rất phổ biến ở Nhật Bản.（コンビニは日本ではどこにでもある）

ア yên tĩnh	イ trầm trọng	ウ thích hợp	エ rảnh	オ hạnh phúc
カ tiện lợi	キ hoành tráng			

8. Thằng bé này không chỉ (　　　) mà còn ngoan ngoãn.
（この男の子は聡明なだけでなく、親の言うことをよく聞く）
9. Anh ấy gặp tai nạn giao thông nhưng (　　　) là không bị thương nặng.
（交通事故にあったが、幸いにも大けがはしなかった）
10. Cô Hoa đã đặt tay lên vai của em Trang một cách (　　　).
（ホア先生はチャンちゃんの肩にそっと手を置きました）
11. Anh ấy là người (　　　) lắm.（彼はとても親切な人です）
12. Bạn có biết cách làm bánh tét Huế (　　　) không?
（フエのバインテットのおいしい作り方の手順を知ってますか）
13. Tôi muốn suy nghĩ (　　　) hơn.（私はもっと前向きに考えたいと思っている）
14. Bạn bây giờ đã (　　　) hơn nhiều rồi.（あなたは今、ずっとしっかりしたわね）

ク may	ケ tốt bụng	コ tích cực	サ nhẹ nhàng
シ đúng chuẩn	ス chững chạc	セ thông minh	

問題Ⅳ 次の（　　）に適当な語を［　　］から選んで書きなさい。

1. （　　　）, trái cây của Việt Nam cũng ngon khỏi phải bàn nhỉ.（それから、）
2. Người bố cố gắng không khóc（　　　）nước mắt cứ trào ra.
（父親は涙をこらえたが、涙がただただ溢れ出た）
3. Việt Nam nhận được nhiều ODA từ Nhật Bản,（　　　）cơ sở hạ tầng đến giờ vẫn chưa hoàn thiện.（それにもかかわらず、）
4. Người kia là người Nhật Bản（　　　）người Hàn Quốc?（あるいは）

ア nhưng mà　イ hay là　ウ rồi thì　エ thế mà

問題Ⅴ 次の会話文を読んで質問に答えなさい。

Hội thoại　Ước mơ tương lai

〈Phỏng vấn trong chương trình phát thanh giờ nghỉ giải lao〉

Uyên：Xin chào các bạn, hôm nay chúng tôi mời đến đây hai bạn sinh viên, bạn Yui là sinh viên người Nhật đang du học tại trường chúng ta và bạn Tiến là sinh viên người Việt Nam sắp sửa đi du học tại Nhật Bản. Chúng ta hãy cùng lắng nghe về ước mơ tương lai của các bạn ấy nhé.
Yui, vì sao cậu chọn Việt Nam để du học thế? Tiếng Anh của cậu cũng rất tốt, cậu có thể du học ở nhiều nước khác mà... như là Mỹ này, Úc này.

Yui：Bởi vì mình đã quan tâm đến Việt Nam từ lâu rồi. Tại trường đại học, mình học tiếng Việt. Mình còn học lịch sử và kinh tế Việt Nam nữa. Hồi đó, mình muốn biết không chỉ Việt Nam ở trong sách vở mà còn muốn biết xem Việt Nam là quốc gia như thế nào, người Việt Nam là con người như thế nào qua cuộc sống thực tế.

Uyên：Thế à. Có lẽ cậu biết về Việt Nam nhiều hơn cả chúng mình nữa đấy.

Yui：Không phải đâu! Mình nghĩ là mình vẫn chưa biết gì về Việt Nam cả. Hồi cấp ba, mình có đọc một vài cuốn sách về 'chiến tranh Việt Nam' và tiểu sử Hồ Chí MInh, từ đó mình muốn biết về Việt Nam hơn nữa nên tiếp tục đọc sách và xem bộ sưu tập ảnh thế thôi.

Uyên：Cảm ơn cậu vì đã quan tâm đến Việt Nam.
Còn Tiến thì sao? Tại sao cậu lại quyết định đi du học tại Nhật Bản?

Tiến：Mình muốn tìm hiểu về cách kinh doanh kiểu Nhật. Trong tương lai, mình nhất định sẽ khởi nghiệp và trở thành một doanh nhân thành đạt trên thế giới.

Uyên：Cậu chuẩn bị gì trước khi đi du học Nhật Bản?

Tiến : Mình chăm chỉ học tiếng Nhật và đang tìm học bổng. Mình cũng muốn tìm hiểu về văn hóa Nhật Bản nên mình sẽ rất vui nếu được kết bạn với Yui. Yui, sau khi hết sáu tháng 'chương trình trao đổi sinh viên' ở đây thì chắc là cậu trở về Nhật nhỉ. Tốt nghiệp đại học xong, cậu định làm gì?

Yui : Sau khi tốt nghiệp thì có lẽ mình sẽ đi xin việc. Ước mơ của mình là được làm việc ở tổ chức quốc tế.

Uyên : Cảm ơn sự chia sẻ của hai bạn. Chúc cho những ước mơ trong tương lại của các bạn sẽ thành hiện thực. Bây giờ để kết thúc chương trình phát thanh ngày hôm nay, chúng ta hãy cùng nghe một bài hát tiếng Nhật nhé.

Câu hỏi 1 : Tại sao Yui chọn Việt Nam để du học?

Bởi vì ______________________________.

Câu hỏi 2 : Yui đã học gì ở trường đại học?

Yui ______________________________.

Câu hỏi 3 : Tại sao Tiến quyết định đi du học tại Nhật Bản?

Bởi vì ______________________________.

Câu hỏi 4 : Trong tương lai, Tiến muốn làm gì?

Tiến muốn ______________________________.

Câu hỏi 5 : Tiến làm gì trước khi đi dụ học ở Nhật Bản?

Tiến ______________________________.

Câu hỏi 6 : Ước mơ của Yui là gì?

Ước mơ của Yui là ______________________________.

《和訳》

会話　将来の夢

〈大学の休み時間中の放送インタビュー〉

Uyên：皆さん、こんにちは、今日はお二人の学生さんをここにお招きしました、ユイさんは日本人学生で私たちの学校に留学中、ティエンさんはベトナム人学生で、もうすぐ日本に留学する予定です。お二人の将来の夢についてのお話に耳を傾けましょう。
ユイ、なんで留学先にベトナムを選んだの？　英語も上手だから、アメリカとかオーストラリアとか、ほかにもたくさん留学できる国があるのに……。

Yui　：それはずっと前からベトナムに関心をもっていたから。大学でベトナム語を勉強して、一方、ベトナムの歴史や経済も勉強したの。そんな中で、本の中のベトナムだけでなくて、ベトナムがどんな国か、ベトナムの人はどんな人たちなのかを実際に生活して、知りたくなったの。

Uyên：そうですか。たぶんあなたは私たち全員よりもベトナムについてたくさん知ってるのでしょうね。

Yui　：そんなことないよ。私はベトナムについて、まだ何も分かってないと思う。高校生の時に、ベトナム戦争とホーチミンの伝記の書物を幾つか読んで、それからベトナムのことをより一層知りたいと思ってベトナムに関する本や写真集を読んできただけだから。

Uyên：ベトナムに関心を持ってくれてありがとう。
ティエンの方はどう？　どうして日本に留学すると決めたの？

Tiến　：僕は日本型経営方法を調べ、研究したいと思ってる。将来は、僕は必ず起業して、世界で活躍できるビジネスパーソンになるよ。

Uyên：日本留学を前にして何を準備してるの？

Tiến　：日本語を一生懸命勉強して、奨学金を探してる。日本の文化についても知りたいので、ユイと友達になれたらすごく嬉しいなー。
ユイ、ここでの6か月の交換留学プログラムが終わったら、日本に戻るよね。大学を卒業したら、どうするつもり？

Yui　：大学を卒業したあとは、たぶん求職活動をすると思う。私の夢は国際機関で仕事をすることだよ。

Uyên：二人とも、お話、ありがとう。お二人の将来の夢が実現するように祈ります。では、今日の放送プログラムの終了に当たって、日本語の歌を一緒に聞きましょうね。

語彙リスト　Bảng từ vựng

問題Ⅲ

phổ biến	《普遍》	普及する、どこにでもある

問題Ⅴ

phỏng vấn	《訪問》	インタビューする
phát thanh	《発声》	放送
giờ nghỉ		休み時間
giải lao	《解労》	(仕事、授業などの合間に) 休憩する
sách vở		書物 (sách：本　vở：ノート)
một vài		1, 2の～、幾つかの
tiểu sử	《小史》	伝記、略歴
bộ sưu tập ảnh	《部捜集影》	写真集
kinh doanh	《経営》	経営
nhất định sẽ	《nhất định 一定》	必ずや anh ấy nhất định sẽ về：必ずや彼は帰って来る
khởi nghiệp	《起業》	起業する
doanh nhân	《営人》	ビジネスパーソン
học bổng	《学俸》	奨学金
xin việc		求職活動をする
tổ chức quốc tế	《組織国際》	国際機関
chia sẻ		分かち合う、(知識、情報などを) 共有する
hiện thực	《現実》	現実
kết thúc	《結束》	終わる、終了する

練習問題　解答

Bài 1

問題Ⅰ　1. オ　hỗ trợ　2. ウ　đăng ký　3. イ　được　4. ア　trao đổi　5. エ　tắt
6. カ　kết

問題Ⅱ　1. ア　Mời　2. オ　hãy　3. エ　nhờ　4. オ　hãy　5. ウ　cho　6. ウ　Cho
7. イ　cùng　8. カ　chưa　9. キ　đâu

問題Ⅲ　1. Không, **bên này** không lạnh đâu.
2. Anh ơi, **anh** hãy rẽ phải ở góc cua tiếp theo.
3. **Tôi** muốn đi cùng với anh.
4. **Cho** tôi gửi lời hỏi thăm đến bố mẹ anh.

Bài 2

問題Ⅰ　1. イ　2. ア

問題Ⅱ　1. ウ　chấm　2. イ　thấy　3. エ　cho vào　4. ア　ghé　5. オ　từ chức

問題Ⅲ　1. ア　cũng　2. エ　những　3. イ　chưa　4. カ　hết　5. オ　quá
6. ウ　vậy

問題Ⅳ　1. **Bạn** đã đợi mình lâu chưa?
2. **Có** món gì bạn muốn ăn không?
3. **Tôi** muốn xem phim này từ lâu lắm rồi.
4. **Việt Nam** là một trong những nước xã hội chủ nghĩa.
5. **Mình** cũng đã nghe chuyện Tổng thống vào quán bún chả rồi.

Bài 3

問題Ⅰ　1. ウ　tìm　2. エ　báo　3. ア　chuyển　4. オ　thuê　5. カ　giúp đỡ
6. イ　trống

問題Ⅱ　1. ウ　nổi　2. エ　khó mà　3. イ　có thể　4. ア　thôi

問題Ⅲ　1. エ　cách　2. ウ　vừa　ウ　vừa　3. イ　bao nhiêu　4. ア　bao lâu
5. カ　Bao giờ　6. オ　bao xa

問題Ⅳ　1. **Căn** phòng này vừa rộng vừa thoáng.
2. **Anh** đã học tiếng Việt bao lâu rồi?
3. **Cậu** có xách nổi cái va-li nặng này không?

Bài 4

問題Ⅰ　1. ウ　đặt　2. オ　chọn　3. エ　hợp　4 . ア　mang theo　5. イ　Nhớ

問題Ⅱ　1. エ　nào　2. イ　lại　3. ア　lẫn　4. ウ　mới

問題Ⅲ　1. **Chiều nay** trời mưa nên nhớ mang theo ô nhé.
2. **Cả** tôi lẫn em trai tôi đều thích uống rượu.
3. **Cháu** có thể mặc thử bất cứ loại áo dài nào trong tiệm này.
4. **Chị Sato** là nhân viên đại sứ quán nhỉ?

問題Ⅳ

Câu hỏi 1：“Tôi” vốn là người thích ở một mình.

Câu hỏi 2：Bởi vì “tôi” thích ‘đọc sách’, ‘nghe nhạc’ ở trong phòng một mình hơn bất cứ thứ gì.

Câu hỏi 3：Một trong những nỗi lo của bố mẹ “tôi” là “tôi” sẽ bị cô độc khi ở Việt Nam.

Câu hỏi 4：“Tôi” đã được nhiều sự giúp đỡ từ nhiều người Việt Nam.

Câu hỏi 5：③

Bài 5

問題Ⅰ　1. ウ xây dựng　2. ア đặt　3. オ chơi　4. イ thành lập　5. エ kiểm tra
6. カ tới

問題Ⅱ　1. イ ra　2. オ nữa　3. ア quả　4. ウ nào　5. エ thế　6. カ cơ
7. キ kìa　キ kìa

問題Ⅲ　1. **Chúng ta** bắt đầu nào**!**
2. **Tuần trước** chúng tôi đi Kyoto và đi cả Nara nữa.
3. **Bức tranh** này do họa sĩ Tanaka vẽ.
4. **Bạn** biết cả những chuyện như thế nữa cơ à!

Bài 6

問題Ⅰ　1. オ sinh ra　2. エ phất　3. ウ tiến vào　4. イ tưởng nhớ　5. ア lập nên
6. カ gọi là

問題Ⅱ　1. ウ có　2. ア đều　3. イ qua　4. エ à　5. オ đến

問題Ⅲ　1. **“Hôm nay trời đẹp nhỉ”** tiếng Nhật nói như thế nào?
2. **Chắc chắn là** hầu hết tất cả người Việt Nam đều đã từng nghe.
3. **Tôi** không thể nào quên được những trải nghiệm lúc đó.

問題Ⅳ

Câu hỏi 1：① quyền được sống　② quyền tự do　③ quyền mưu cầu hạnh phúc

Câu hỏi 2：Tuyên ngôn Độc lập năm 1776 của nước Mỹ và Tuyên ngôn Nhân quyền và Dân quyền của Cách mạng Pháp năm 1791

Câu hỏi 3：Bản Tuyên ngôn đó được phát biểu vào năm 1776.

Câu hỏi 4：Bản Tuyên ngôn đó được phát biểu vào năm 1791.

Bài 7

問題Ⅰ　1. イ　lúc nào cũng　2. ウ　Lúc đó　3. エ　Lúc nãy　4. オ　lúc
5. ア　Lúc nào đó

問題Ⅱ　1. ウ　tỏ　2. エ　giới thiệu　3. オ　thiếu　4. ア　theo　5. イ　ăn chay

問題Ⅲ　1. **Không phải là** tôi đánh anh ta đâu.
2. **Hầu hết** người Nhật thường sẽ có một kỳ nghỉ dài.
3. **Quê** cậu ở Nagoya, đúng không?
4. **Tôi** thường ăn nhiều loại hoa quả ở Việt Nam, như là sầu riêng này, thanh long này.

問題Ⅳ

Câu hỏi 1：②　Câu hỏi 2：①　Câu hỏi 3：②

解答

Bài 8

問題Ⅰ　1. イ　gọi　2. ア　vắt　3. オ　ghé vào　4. ウ　trả　5. エ　sập　6. カ　tham dự
7. キ　mong

問題Ⅱ　1. ア　ít nhất　2. ウ　mà còn　3. イ　chứ

問題Ⅲ　1. **Tôi** vừa mới chuyển trường nên hầu như không có bạn thân.
2. **Chị** thích cái nào hơn?
3. **Con gái** anh Bình không chỉ hiền lành mà còn học giỏi.
4. **Dù** trái đất có diệt vong thì anh cũng sẽ tiếp tục yêu em.
5. **Tôi** rất mong chị ấy sẽ trở nên thành đạt trong cuộc sống.

問題Ⅳ

Câu hỏi 1：Uyên đến quán cà phê sớm hơn.

Câu hỏi 2：Uyên gọi cà phê sữa.

Câu hỏi 3：Tiến muốn đi du học ở Nhật bản.

Câu hỏi 4：Tiến có vấn đề về học phí, rồi chọn trường đại học, rồi bạn gái.

Bài 9

問題Ⅰ　1. ウ　bày tỏ　2. ア　quen　3. エ　coi trọng　4. イ　đãi

問題Ⅱ　1. ウ　là　2. オ　dịp　3. エ　thế　4. イ　rồi à　5. ア　nghĩa là

問題Ⅲ　1. **Chị** đang chờ ai thế?
2. **Nhân dịp** sinh nhật của vợ tôi, tôi định tặng cô ấy bó hoa.
3. **Công viên này** người ta quét dọn sạch sẽ nhỉ.
4. **Chẳng phải là** cậu đã xem phim đấy 3 lần rồi à?

Bài 10

問題Ⅰ　1. イ bắt　2. エ hẹn hò　3. ア nhầm　4. ウ lạc

問題Ⅱ　1. オ thôi　2. ア mà　3. エ ấy　4. イ cả　5. ウ cứ

問題Ⅲ　1. **Bác sĩ, từ hôm qua** tôi cứ bị đau bụng ấy.
2. **Suốt đêm** tôi cứ cầu nguyện cho con gái bình an.
3. **Anh** gọi nhầm số rồi ạ.

Bài 11

問題Ⅰ　1. エ ăn　2. ア kịp　3. カ mở　4. ウ sum họp　5. イ có　6. オ ngập

問題Ⅱ　1. エ Nếu　2. ア Giá mà　3. オ Hễ　4. イ chưa　5. ウ đến

問題Ⅲ　1. **Giá** trời không mưa thì tôi đã đến thăm anh.
2. **Đêm qua** anh Bình uống những 8 chai bia.
3. **Hễ là** công dân thì ai cũng phải nộp thuế.
4. **20 năm** rồi tôi mới được gặp lại bạn thời cấp 3.

Bài 12

問題Ⅰ　1. エ biến mất　2. オ kéo dài　3. ア giống　4. カ hoãn　5. イ nằm
6. ウ khôi phục

問題Ⅱ　1. ウ nhìn thấy　2. エ thấy　3. ア cảm thấy　4. オ tìm thấy
5. イ nghe thấy

問題Ⅲ　1. **Anh ấy** dường như đang hối hận vì đã bỏ lỡ cơ hội.
2. **Bây giờ** ở nước bạn đang là mùa gì?
3. **Cái bút này** đáng yêu chưa!
4. **2 từ này** phát âm hoàn toàn giống nhau.
5. **Bây giờ** ở Ueno, đang có triển lãm 'thư pháp'.

Bài 13

問題Ⅰ　1. エ rút khỏi　2. イ tìm hiểu　3. ア Bảo vệ　4. オ phê phán
5. ウ chiến đấu

問題Ⅱ　1. イ rồi　2. ウ làm　3. エ hả　4. ア cứ　5. オ sao

問題Ⅲ　1. **Không có** tấm áp-phích vẽ Bác Hồ hả ông?
2. **Những lời** của Bác thường làm cho tinh thần nhân dân phấn khởi.

問題Ⅳ

Câu hỏi 1：Bọn thực dân Pháp lợi dụng lá cờ tự do, bình đẳng và bác ái.

Câu hỏi 2：Phát xít Nhật đến xâm lăng Đông Dương để mở thêm căn cứ đánh Đồng minh.

Câu hỏi 3：Hai tầng xiềng xích này là thực dân Pháp và phát xít Nhật.

Bài 14

問題Ⅰ　1. カ gặp　2. ウ cướp giật　3. イ lắng nghe　4. エ thấu hiểu
5. オ cảm nhận　6. ア giữ gìn　7. キ chào đón

問題Ⅱ　1. ウ chuyện　2. エ việc　3. ア sự　4. イ cuộc　5. オ cái

問題Ⅲ
1. **Những lời** thầy cô nói không nhất thiết lúc nào cũng đúng.
2. **Anh ấy** đã giành giải nhất trong cuộc thi hùng biện tiếng Nhật.
3. **Anh** khỏi phải lo cho tôi.
4. **Ô nhiễm** môi trường mỗi năm một trầm trọng.
5. **Việc** xóa đói giảm nghèo ở vùng núi thật sự rất khó.

Bài 15

問題Ⅰ　1. イ trưởng thành　2. エ trào ra　3. ウ trôi qua　4. ア làm　5. オ nỗ lực

問題Ⅱ　1. イ cứ như thể là　2. ウ một cách　3. エ dù thế nào　4. ア mà

問題Ⅲ
1. **Anh Kiên** mà đến sớm hơn thì đã gặp được em Hoa rồi.
2. **Dù thế nào** tôi cũng muốn trở thành giáo viên.
3. **Tôi** quay mặt lại thì em ấy đã đi mất rồi.
4. **Tôi** học tiếng Việt là để đi du học ở Việt Nam.

復習問題　Bài ôn tập

問題Ⅰ　1. キ tấm　2. ウ lá　3. ア Bản　4. イ Căn　5. ク chiếc　6. オ cuốn
7. カ Cặp　8. エ vụ　9. ス nền　10. コ Cơn　11. シ con　12. サ cái
13. セ quả　14. ケ Bộ　15. ソ bức　16. タ ngôi

問題Ⅱ　1. ア Thật sự　2. イ Thật ra　3. エ Thật　4. ウ Thật là

問題Ⅲ　1. エ rảnh　2. イ trầm trọng　3. ア yên tĩnh　4. ウ thích hợp
5. キ hoành tráng　6. オ hạnh phúc　7. カ tiện lợi　8. セ thông minh
9. ク may　10. サ nhẹ nhàng　11. ケ tốt bụng　12. シ đúng chuẩn
13. コ tích cực　14. ス chững chạc

問題Ⅳ　1. ウ Rồi thì　2. ア nhưng mà　3. エ thế mà　4. イ hay là

問題V

Câu hỏi 1：**Bởi vì** Yui đã có quan tâm đến Việt Nam.

Câu hỏi 2：**Yui** đã học tiếng Viêt, lịch sử và kinh tế Viêt Nam.

Câu hỏi 3：**Bởi vì** Tiến muốn tìm hiểu về cách kinh doanh kiểu Nhật.

Câu hỏi 4：**Tiến muốn** khởi nghiệp và trở thành doanh nhân.

Câu hỏi 5：**Tiến** chăm chỉ học tiếng Nhật và đang tìm học bổng.

Câu hỏi 6：**Ước mơ của Yui là** làm việc ở tổ chức quốc tế.

語彙索引

※「復」は「復習問題」の語彙

［ベトナム語 —— 日本語］

A・Ă・Â

a	あっ（驚きをもって）	10
à	文末に添えて軽い確認・疑問を表す	1
à	ところで	1
à	納得した気持ちを表す	2
à?	文末に置いて軽い確認をする	6
ạ	文末に添えて敬意を表す	3
ai ai cũng ～	誰もが～	9
ai mà ～ nổi	いったい誰が～できるのか（誰もできない）	3
an toàn	安全な	3
anh đào	桜	11
anh em	兄弟	7
anh hùng	英雄的な	7
anh ta	彼	1
áo len	セーター	4
áo sơ-mi	シャツ	8
áp bức	抑圧する	13
áp-phích	ポスター	13
ăn cắp	盗む	14
ăn chay	精進料理を食べる	7
ăn hết sạch rồi	残さずきれいに食べた、完食した	2
ăn kiêng	ダイエットする	15
ăn Tết	テトを祝う、楽しむ	11
ăn trưa	昼ご飯を食べる	1
âm lịch	陰暦	6
âm nhạc	音楽	5
ấn tượng	印象	13
ấy	文末詞（疑問に思う気持ち＋報告・情報伝達希望）	10

B

bà	私、～さん	4
bà	祖母。孫に対して祖母が「私」に使用する	10
bác ái	博愛、友愛	13
Bác Hồ	ホーおじさん	6
bài	解答用紙、原稿	5
bài hát	歌	4
bài học	教訓	1
bài tập	宿題	3
bài thi	試験問題	1
bài thơ	詩	8
bãi biển	海辺、ビーチ	2
bàn	議論する	14
bán đảo	半島	12
bản	類別詞（報告書、資料、契約書等に付される）	6
bản chất	本質	14
bản thân	自身	4
bạn	あなた	1
bạn bè	友人、友達	1
bạn gái	彼女、ガールフレンド	8

bạn học	学友	15
bạn thân	親友	4
bạn trai	彼氏、ボーイフレンド	6
bánh chưng	バインチュン	11
bánh ngọt	ケーキ、お菓子	4
bánh tét	バインテット	11
bao lâu?	どれぐらいの期間？	3
bao xa	どれぐらい離れているか、どれぐらいの距離か	3
báo	知らせる	3
báo hiếu	親孝行する、孝行を尽くす	7
bảo	言う、告げる	10
bảo vệ	守る、防衛する	8
bão táp	巨大な台風、大嵐	1
bát	椀	8
bày tỏ	表明する	9
Bắc Kỳ	ハノイを含む北部地域の名称	13
băng-rôn	横断幕	9
bắt	捕まえる	10
bẩn thỉu	汚い	10
bất an	不安な	4
bất cứ loại áo dài nào	どのアオザイも	4
bất cứ thứ gì	どのような種類のもの	4
bất động	動きがない	15
bất hủ	不朽の	6
bầu bạn	友人、友好的な	7
bể bơi	スイミングプール	5
bên cạnh	隣、横	5
bên này	こちら側	1
bên trong	内部、中	4
bị đau bụng	腹痛がある	4
bị ướt	濡れる	2
biên lai	領収書	4
biến mất	消滅する、消える、姿を消す	12
biết ơn	感謝する	7
biệt thự	別荘	5
biểu diễn	演奏する	5
biểu tượng	象徴、シンボル	12
bình an	無事な、平安な	10
bình đẳng	平等	6
bình thường	通常は	9
bỏ … vào ～	…を～に入れる	7
bỏ lỡ cơ hội	チャンスを逃す	12
bọn mình	私たち	9
bổ dưỡng	栄養がある	8
bộ	（衣服の）一揃い、上下	4
bộ đội	軍人、部隊	14
bộ sưu tập ảnh	写真集	復
bún	ブン	2
bún chả	ブンチャー	2
buổi	一定の時間の幅	5
buổi biểu diễn ca nhạc	音楽会	6
buồn	（buồn＋動詞）～したい	13
bữa ăn	食事	7
bức tranh	絵画	2
bực mình	怒る、不満に思う	13

索引

chắc là	確か／きっと（～と思う）	3
chăm chỉ	熱心な	4
chẳng	決して～ない	10
chẳng phải là ～ rồi à!	もう～じゃないの！	9
chấm	（タレなどに）つける	2
chân thành	誠実な	14
chất lượng	質、品質	5
châu	洲	7
chè	チェー	14
chết	ひどい、だめだ	12
chỉ ～ thôi	～だけだ、～しか…ない	3
chị khóa trên	学校の女性の先輩	5
chia sẻ	分かち合う、共有する	復
chiếc	類別詞（アオザイ、時計、指輪など、製品に付される）	3
chiến đấu	闘う	13
chiến sĩ	戦士	7
chiến tranh	戦争	3
chiều mai	明日午後	1
chim họa mi	画眉鳥	8
chín	（料理に）火が充分通っている	4
chính	主な、主要な、中心の	12
chính	正に	14
chính nghĩa	正義	13
chính quyền thực dân Pháp	フランス植民地政権	5
chính trị gia	政治家	3
chịu	（責任を）負う、受け入れる、がまんする、耐える	3
cho (～) vào …	…に（～を）入れる	2
cho＋[人]＋thuê	[人]に貸す	3
cho mình hỏi	お伺いします	1
cho tôi mượn	私に貸す	1
chọn	選ぶ	4
chỗ ở	住むところ	3
chối	否定する	10
chối cãi	否認する、否定する	6
chống	抗する	7
chống Mỹ cứu nước	抗米救国	13
chợ hoa	花市	11
chơi	遊ぶ、（楽器を）弾く	1
chủ nhà	大家さん	3
chủ tịch	主席	7
chùa	寺	7
chuẩn bị sẵn	前もって準備する	13
chúc	祈る	3
chung	共通の、共有する	12
chúng	彼ら	13
chúng em	私たち	9
chúng mình	私たち	1
chuồn chuồn	トンボ	10
chuyên ngành	専攻	1
chuyến	①旅、旅行、訪問 ②（飛行機、列車などの）便	11
chuyến đi	旅	12
chuyển	引っ越す	3

索引

công tác	仕事	9
công trình	建築物、構造物	2
cộng tác	協力する、共同で作業する	14
cơ à	～なんて（すごい）！	5
cơ hội	機会	2
cơ sở hạ tầng	インフラストラクチャー	14
cờ	旗	6
cơn	類別詞（雨、風、嵐などに付される）	5
cụ	老人の敬称	7
của cháu	あなたのもの	4
cụm từ	語句	9
cung đình	宮廷	12
cùng	同一の	3
cùng nhau	一緒に	7
cùng với ～	～と一緒に	1
cúng	祖先の霊を祭る祭壇に供物をそなえる	7
～ cũng thế	～もそうだ	1, 5
cuộc đời	人生	3
cuộc sống	人生、生活	4
cuộc thi	コンテスト	14
cuối cùng	最後の	11
cuối năm	最後の年	5
cuốn	類別詞（冊子類に付される）	2
cứ	（cứ＋動詞）ただただ～する	10
cứ	どうぞ～してください	13
cứ như thể là ～	まるで～ようだ／みたいだ	15
Cửa Ngọ Môn	午門	12
cực kỳ	極めて	14
cực khổ	貧困による苦しみ	13
cướp	強奪する	13
cướp giật	ひったくる	14
cứu	救う	7

D

dạ	はい	2, 3
dàn nhạc	楽団	5
dàn nhạc giao hưởng	交響楽団	5
dán	貼る	3
dáng người	スタイル	12
dãy	山脈	13
dặn	諭す	4
dân quyền	民権	6
dân ta	我が民	13
dầu	油	8
di chúc	遺言、遺書	7
di sản	遺産	11
dịch	伝染病	2
diễn	演じる、楽器を奏でる	5
diệt vi-rút	ウイルスを駆除する	6
diệt vong	滅亡する、滅びる	8
Dinh Độc Lập	大統領官邸、独立宮殿	6
dịp	機会	7
do	～による	5
doanh nhân	ビジネスパーソン	復
dồi dào	充分な、豊かな	9
dối	嘘	4

đến nỗi ～	(形容詞＋đến nỗi ～) ～ほど、～というところまで	15
đi	話し手の促す気持ちを表す	7
～ đi ạ	丁重な促しを表す	7
đi bộ	歩く	3
đi khám	(医者の) 診察を受けに行く	10
đi làm	仕事に行く	4
điểm tốt	いいところ、いい点	14
định	(định ＋動詞) ～するつもりだ、～する予定だ	3
đó mà là ～	それって～だ	6
đoàn tụ	(離れていた者が) 集まる	7
đoạn	映画や文章の一部分	6
đói	飢餓の、空腹の	14
đô thị	都市	14
đồ ăn	食べ物	8
đồ ăn đóng gói sẵn	パック食品	7
đồ chơi	おもちゃ	8
đối diện	反対側	10
đối với＋[人]	[人]にとって	6
Đông Dương	インドシナ	13
đồng bào	同胞	6
đồng hồ đeo tay	腕時計	6
Đồng minh	連合国	13
đốt cháy	燃やす、焼き尽くす	13
đợi	待つ	2
đơn giản	簡単な	12
đu đủ	パパイヤ	2
đủ	充分な	1
đúng	(情報などが) 正確だ、正しい	13
đúng chuẩn	基準に合致している	13
đúng không?	～でしょう？	7
đúng là ～	正に～だ、間違いなく～だ、やはり (思った通り) ～だ	1
đúng rồi	そのとおりだ、正解だ	4, 5, 9
đúng thế	そのとおり	8
đứa con	子ども	12
được	(được＋期間) ～が経つ	1
được	それで良い	3
được	得る	6
được	(được＋動詞) 話し手がいいと評価している動作であることを示す	8
được không?	～てもいいですか	1
được rồi	結構です、いいです	4
được thôi	大丈夫、いいですよ	3
đường bộ	道路	14
đường sắt	鉄道	14

G

gặp gỡ	出会う	4
gặp nguy hiểm	危険な目に遭う	14
gặp vấn đề khó khăn	困難な問題にぶつかる	3
gây	引き起こす	13
ghé	立ち寄る	2

hình tam giác	三角形	2
hình trụ	円柱	11
hình vuông	正方形	11
họ	彼ら	6
họ tên	氏名	5
hoa đào	ダオ（桃）の花	11
Hoa Kỳ	米国	13
hoa mai	マイの花	11
hòa bình	平和	13
hòa nhạc	音楽コンサート	12
hóa ra là ～	何かと思えば～だ	9
hóa ra là vậy	なるほどそういうことだ	9
họa sĩ	画家	5
họa tiết	装飾	12
hoàn cảnh	状況	1
hoàn thiện	充分に整った、充分に整備する	14
hoàn toàn	完全な	7
hoãn	延期する	12
hoành tráng	大規模な、立派な、壮大な	5
hoặc là	あるいは	7
học bổng	奨学金	復
học phí	学費	8
học tập	勉強する	11
hỏi thăm	様子を尋ねる	1
hót	（鳥が）鳴く	8
hỗ trợ	支援する	1
hồi ～	～の頃	9
hối hận	後悔する	12
Hội An	ホイアン	7
hội thảo	シンポジウム	8
hội trường	会場	5
hôn nhân	婚姻	14
Hồng Kông	香港	2
hơi	（hơi＋形容詞）ちょっと～	1
hơi mệt một chút	ちょっとだけ疲れた	12
hỡi	呼びかける際に用いる語	6
hơn ～	～以上	13
hơn bao giờ hết	いつよりも、かつてなく	12
hơn nữa	さらに、より一層	7
hợp	合う、似合う	4
Huế	フエ	3
hùng biện	弁論	14
Hùng Vương	フン・ヴオン	6
hương	香り	11
hương vị	味と香り	11
hy sinh	犠牲	7

I

in-tơ-nét	インターネット	6
ít nhất	少なくとも	8

K

kéo dài	長引く、長く続く	12
kế	継続する	7
kệ	放っておく、無視する	6
kết bạn	友達になる	1

索引

lá	類別詞（旗、手紙などに付される）	6
lá cờ	旗	13
lạ	不思議な	15
lạc đường	道に迷う	10
lại đến	また来る	3, 4
làm＋[人]＋感情形容詞	[人]を～させる	10
làm chả giò	チャーゾー（揚げ春巻き）を作る	2
làm cho	～させる	13
làm quen với ～	～と知り合いになる	15
làm sao	どのようにするか	10
làm sao bây giờ?	今どうしたらいいの？	10
lãnh đạo	指導する	6
lãnh thổ	領土	6
lắng nghe	耳を傾ける	14
lần	回	1
lần sau	次回	8
lần tới	次回	15
lập nên	（国などを）打ち立てる	6
lâu	久しい	2
lâu đời	長い時代を経た、古い	2
lấy	結婚する、取る	15
lấy nhau	結婚する	2
lẽ phải	道理	6
leo	（山に）登る	2
lễ	儀式、行事	7
lễ hội	祭り	6
lễ hội pháo hoa	花火大会	12
lên	（乗り物に）乗る、（高所に）上る	12
lên đường	出発する	1
lên kế hoạch	計画を立てる	9
Liên Minh Châu Âu	欧州連合（EU）	13
lính	兵士	6
lò vi sóng	電子レンジ	2
loại	種類、タイプ	4
lòng	心、気持ち	4
lòng yêu nước	国を愛する心	14
lông	毛	10
lỡ lời hẹn	約束の言葉を破る	8
lời nói	言葉	13
lợi dụng	利用する	13
lúc đó	その時	4
lúc nào	（lúc nào＋節）～する／した時には	3
lúc nào ～?	いつ	3
lúc nào đó	いつか将来	5
lúc nãy	さっき	2
luôn	直ちに、すぐに	4
luôn	いつも、常に	9
luôn	直ちに、いつも、立て続けに	11
luôn ạ	～なんて（すごいです）	11
luôn luôn	常に、いつも	3, 6, 11
lưng	腰	3
lượng	量	2
lưu ý	注意を払う	1
lý tưởng	理想	13

M

索引

một vài	1, 2の～、幾つかの	復
mở	（花市などを）開く	11
mời	～してください	1
mời	招待する	8
mới	（mới＋動詞）～したばかりだ	1
mùa	季節、時期	5
mục sư	牧師	2
muốn ～ từ lâu lắm rồi	ずっと～したかった	2
Mực	ムック	10
mưu cầu	（権利などを）追い求める	6

N

nào	さあ（～して！）	5
này	ねえ、さあ（相手の注意を引く）	6
～ năm rồi chưa về	～年ぶりに帰る	11
nằm	横たわる、位置する	12
nắng nóng	猛暑	12
nấu	料理する	4
nét	様子	14
nền	類別詞（経済、文化などに付される）	5
nếu được	もし良ければ、もしできたら	1
nếu được thì	もし良ければ、もしできたら	3
nếu mà ～ thì …	もしも～だったら…	10
ngã	転ぶ	12
ngạc nhiên	びっくりする	3
ngai vàng	玉座	12
ngay	（時間的に）すぐに、直ちに（距離的に）すぐ近く	1
ngày 30 Tết	大晦日	11
ngày giỗ tổ Hùng Vương	雄王祭の日	6
ngày hôm qua	昨日（という日）	10
ngày nay	今日（こんにち）、現在	7
ngày nghỉ lễ	祝日、祝祭日	6
Ngày Quốc Khánh	独立記念日	6
ngập	浸水する	11
nghe nói	～だそうだ	2
nghe qua	さーっと聞く	6
nghe thấy	聞こえる	12
nghèo	貧しい	14
nghèo nàn	極貧	13
nghề nghiệp	職業	4
nghề nhà giáo	教師という職業	9
nghệ sĩ	芸術家	15
nghệ thuật	芸術	15
nghi ngờ	疑う	14
ngõ	小路	10
ngoài ～ ra, còn lại …	～のほかに、…も残る	5
ngoan ngoãn	親の言うことをよく聞いて素直だ	8
ngôi	類別詞（家屋、星に付される）	2
nguồn gốc	起源、出所（でどころ）	7
nguyên liệu	材料	11
ngừng lại	（時間が）止まる	15
người chỉ huy	指揮者	5

O・Ô・Ơ

ô nhiễm	汚染	1
ồ	わー、えー	1
ôi	わー、えー	4
ông	祖父、おじいさん	13
ông chủ	店主	13
ơ	おー	9
ớt	唐辛子	8

P

phải	右	1
phải	正しい	13
phải không?	～よね、～ですね？、～でしょう？	1
phàn nàn	文句を言う、苦情を言う	10
phán xét	評価し判断を下す	14
phản đối	反対する	13
pháo	爆竹	13
phát xít	ファシズム、ファシスト	13
phát biểu	発表	5
phát thanh	放送	復
phần mềm	ソフトウェア	6
phấn đấu	奮闘努力する	13
phấn khởi	奮い立つ	13
phất	（旗などを）振る	6
Phật giáo	仏教	7
phe	陣営	7
phim hoạt hình	アニメ映画	12
phong ba	暴風と波浪	1
phong cảnh	風景	4
phong kiến	封建的な	11
Phong Nha Kẻ Bàng	フォンニャーケーバン	14
phong phú	豊富な	14
phong trào quần chúng	大衆運動	13
phòng trọ	下宿、下宿の部屋、アパート	3
phỏng vấn	インタビューする	復
phố cổ	旧市街	10
phổ biến	普及する、どこにでもある	復
phụ lão	老人	7
phương diện	視点、側面	14
phương Tây	西洋	5

Q

qua	（季節、期限などが）過ぎる	15
quà	プレゼント、お土産	9
quà lưu niệm	お土産	7
quá	（quá＋形容詞）～すぎる、（形容詞＋quá）とても、たいへん	2
quá trình	過程	5
quả là một ～	なんて～でしょう！	5
quán bún chả	ブンチャー専門店	2
quán chuyên phở bò	牛肉フォーの専門店	8
quán phở	フォーの店	8
Quảng Trị	クアンチ	13
Quảng trường Ba Đình	バーディン広場	6

索引

sắp ～ rồi	もうすぐ～になる	4, 5
sập	崩壊する、崩れ落ちる	8
sầu riêng	ドリアン	4
sẽ	普通～する	7
sẽ đẹp	きれいであろう	4
sếp	上司	4
siêu thị	スーパーマーケット	3
sinh nhật	誕生日	5
sinh ra	生まれる	6
sinh vật	生物	12
so với ～	～と比べる	14
sò hến	シジミ	7
số đo	寸法	4
sôi	（お湯が）沸く	13
sờ vào ～	～に触る	10
sợ hãi	恐ろしい、怖い	14
sum họp	集まって団欒(だんらん)する	11
sung sướng	幸せな	6
suốt	～を通して	3
suốt đêm	一晩中	10
suy	考える	6
sự	名詞化する働きをもつ	1, 4, 9
sự cần thiết	必要	4
sự cố	トラブル、事故	3
sự cực nhọc	苦しみ	3
sự giúp đỡ	手助け、支援、援助	14
sự khác biệt	相違	14
sự thật	事実、真実	6
sức hấp dẫn	（人を）惹きつける力	14

T

tai nạn giao thông	交通事故	4
tài liệu	資料	4
tại	（tại＋場所名詞）～で、～において	4
tan	溶かす	2
tán thành	賛成する	3
tạo hóa	造化の神、造物主	6
tạo nên	創り出す	14
tàu đêm	夜行列車	12
tắt	（電気などを）消す	1
tấm	類別詞（写真、ポスター、心などに付される）	4
tận tình	真心を込めた、全力を尽くしての	7
tầng	層、階	13
tập tục	習俗	10
tất cả	全て、全ての	2
tất cả ～ đều	全ての～は等しく	6
tất nhiên rồi!	当然！、もちろん！	4
tha thứ	許す	3
thách thức	課題、挑戦	14
tham dự	出席する、参加する	4
thanh long	ドラゴンフルーツ	7
thanh niên	青年	7
thành	～になる	13
thành công	成功する	6
thành đạt	（人生において）成功する、目的を達成する	8
thành lập	設立する	5

索引

thông minh	聡明だ	8
thống nhất	統一する	6
thời	時期、時代	6
thời kỳ Pháp thuộc	フランス植民地時代	5
thời sự	ニュース	12
thời tiết	天気	4
thu	回収する	5
thú vị	興味深い、おもしろい	5
thủ phạm	犯人	13
thủ pháp	手法、方法と技巧	13
thuê	（料金を払って）借りる	3
thư pháp	書道	12
thứ	種類、もの	4
thử	（thử＋動詞）～してみる	2, 8
thử ～ xem sao	（…は）どんなか～してみる	13
thức ăn cho thú nuôi	ペットフード	8
thực ra	実際には	10
thực tế	実際は	12
thương	愛情深く思いやる、慈しむ	8
thương mại	商業、貿易	5
tích cực	積極的な、前向きな、肯定的な	14
tiệm	店	4
tiền đề	前提	14
tiền mặt	現金	13
tiền tiêu vặt	お小遣い	8
tiến hành	実施する	14
tiến vào	進入する、入り込む	6
tiện lợi	便利だ	7
tiếng nhạc	音楽の音	12
tiếng Việt gọi là ～	ベトナム語で～と言う	6
tiếp nhận	受容する	5
tiếp theo	次に続く	1
tiết học	授業	4
tiêu tiền	お金をつかう	2
tiểu sử	伝記、略歴	復
tìm	探す	3
tìm được	見つかる	3
tìm hiểu	調べて理解する、調査・研究する	13
tìm thấy	見つかる	10
tin	信じる	3
tin tức	ニュース	3
tinh thần	精神	13
tính cách	性格	12
tỏ	示す	7
toàn dân	全人民	6
tỏi	ニンニク	8
tổ chức	組織する、（イベントなどを）催す	6
tổ chức quốc tế	国際機関	復
Tổ quốc	祖国ベトナム	13
tổ tiên	祖先、先祖	6
tối giản hóa	簡略化する、必要最小限まで省略する	13
tội nghiệp	かわいそう	12
tôn trọng	尊重する、大切にする	4
tồn tại	存在する	9

索引

từ từ	ゆっくり	13
Tử Cấm Thành	紫禁城(しきんじょう)	12
tự mình	自ら	3
tự nhiên	いきなり	4
tự nhiên	自由な、くつろいでいる	13
tự tin	自分を信じる	14
từng	かつて	2
tươi	新鮮な	14
tương lai	将来、未来	8
tưởng nhớ	(〜を) 偲ぶ、慕わしく思う、(〜に) 思いを寄せる	6
tưởng tượng	想像する	3

U・Ư

ủa	えっ、うわぁー	14
Úc	オーストラリア	7
úi chà	あら、やだー	15
ủng hộ	擁護する、応援する	7
Uyên	ウエン	1
ừ	うん	2
ừ nhỉ	そうねー、そうだねー	14
ừm	うーん	6
ước mơ	(心に描く) 夢	14
ưu tiên	優先する	14
ưu tú	優秀な	2

V

va-li	スーツケース	3
vả lại	その上	4
vác	担ぐ	3
vai	肩	3
vải	布	9
vạn	万	11
vạn sự như ý	万事が思い通り	9
váy cưới	ウエディングドレス	15
văn phòng	オフィス	6
vắt	(レモン、洗濯物などを) 搾(しぼ)る	8
vấn đề	問題	1
vẫn	依然として、変わらず	5
vẫn còn	依然としてまだ、変わらずまだ	3
vậy	それでは	8
vậy?	文末詞 (追加情報を求める)	2
vậy à	そうですか、そうなのね	3
vậy ạ	そうですか	8
vậy mà	そのようではあるけれども	10
vậy nên	だから、そのようなので	15
vậy thì	それならば、そのようであるならば	1
vẻ	姿、様子	14
vẽ cách điệu	原形を誇張して描く、象徴的な線を目立つように描く	13
về	〜について	7
vì sao	なぜ	8
ví dụ như 〜	例えば〜	14
ví dụ như là 〜	例えば〜のようだ	6

あとがき

21世紀に入って既に20年が過ぎましたが、この間に大小合わせて少なくとも3種類のベトナム語辞書が日本で出版されています。話者数がベトナム語の数倍ある大言語であっても、この20年間に一つの辞書も日本で出版されていない言語もあると聞きます。ベトナム語の「3種類の辞書の出版」は近年の日越関係の拡大深化を物語っていると言えるでしょう。2020年はコロナ禍によって人と人との直接の交流が断ち切られてしまいましたが、それでもほかの手段を使って遣り取りを繋げてきています。かつてベトナム人留学生だった教え子の一人は現在フエ在住ですが、「日本にいる日本の方にオンラインでベトナム語を教えています」と報告してきました。次の20年間には、様々な手段で人的交流がさらに活発となり、辞書、語学テキスト、ベトナム関連書籍（電子化されたものを含めて）がさらに数多く出版されることを願って止みません。

本書の制作に当たり、多くの方々のご支援をいただきました。奥付にお名前を記させていただいた、会話の題材を提供してくれた二人の友人、ネイティブチェックを担当してくださった諸氏、そして、原稿に目を通し貴重なアドバイスとともに、「中級テキストを心待ちにしています」と励ましの言葉をかけ続けてくれた、ベトナム語クラスの学生諸兄に心からお礼を申し上げます。

スリーエーネットワーク編集部の中川祐穂さん、溝口さやかさんにはたいへんお世話になりました。お二人の的確な、そしてきめの細やかな編集によって、本書の完成度は飛躍的に高められました。ここに記して感謝申し上げます。

2021年8月　東京にて

五味 政信

[著 者]
五味政信（ごみ　まさのぶ）

1952年生まれ。1977年東京外国語大学外国語学部インドシナ語学科（ベトナム語）卒業。1983年同大学院地域研究研究科修士課程修了。1979年～81年ベトナムハノイ貿易大学日本語科講師。東京外国語大学助教授、東京工業大学助教授、一橋大学教授を経て、現在、一橋大学名誉教授、放送大学特任教授（東京多摩学習センター所長）。

著書：『五味版学習者用ベトナム語辞典』（武蔵野大学出版会、2015年）
『ベトナム語レッスン初級1、同2』（スリーエーネットワーク、2005年、2006年）
『心ときめくオキテ破りの日本語教授法』（共編著、くろしお出版、2016年）など

監修：『みんなの日本語初級Ⅰ、同Ⅱ　第2版　翻訳・文法解説　ベトナム語版』（2013年）
『みんなの日本語中級Ⅰ、同Ⅱ　翻訳・文法解説　ベトナム語版』（2014年、2016年）
（以上、いずれもスリーエーネットワーク）など

[音声吹込]
Nguyễn Ánh Dương・Cầm Vũ Thảo Nguyên・Nguyễn Quỳnh Trang・Hoàng Hữu Phong

[ネイティブチェック]
Nguyễn Ánh Dương・Cầm Vũ Thảo Nguyên・Nguyễn Quỳnh Trang・Nguyễn Thùy Linh・Trần Ngô Nha Trang

[会話題材提供]
須永愛代・Đặng Thái Quỳnh Chi

[写真]
Đặng Thái Quỳnh Chi・五味政信

ベトナム語(ご)レッスン中級(ちゅうきゅう)

2021年8月24日　初版第1刷発行
2022年7月4日　第2刷発行

著者	五味政信（ごみ まさのぶ）
発行者	藤嵜政子
発行所	株式会社スリーエーネットワーク 〒102-0083　東京都千代田区麹町3丁目4番　トラスティ麹町ビル2F 電話：03-5275-2722（営業）　03-5275-2725（編集） https://www.3anet.co.jp/
印刷	萩原印刷株式会社

（落丁・乱丁本はお取替えいたします。）
ISBN978-4-88319-891-7　C0087